# பருவநிலை மாற்றம்

என். ராமதுரை

க்ரியா

*Paruvanilai Maatram*
*N. Ramadurai.*

© N. Ramadurai.

First Edition: December 2016
Reprint: June 2024

Published by:
Cre-A:
No. 58, TNHB Colony,
Sanatorium, Tambaram,
Chennai – 600 047.
Mobile: 72999 05950
Email: creapublishers@gmail.com
Website: www.crea.in

Printed at:
Sudarsan Graphics Pvt. Ltd.,
Chennai - 600 041.

ISBN: 978-93-82394-24-2

Price: Rs. 250

## பொருளடக்கம்

1. பூமிக்கு ஜுரம் கண்டுள்ளதா? — 5
2. மிரட்டும் கடல்: மூழ்கும் தீவுகள் — 10
3. பூமிக்கு ஆயிரம் வெப்பமானிகள் — 15
4. வானிலை வேறு: பருவநிலை வேறு — 20
5. கோடையில் வாட்டிய குளிர் — 24
6. ஸ்வீடன் விஞ்ஞானிக்கு ஏற்பட்ட கவலை — 29
7. கரியமிலவாயு நச்சு வாயுவா? — 33
8. அதென்ன பசுமைக் குடில்? — 38
9. நிலக்கரியின் ஆக்கிரமிப்பு — 44
10. எண்ணெயால் வந்த வினை — 51
11. கீலிங் கிழித்த கோடு — 55
12. டொராண்டோமுதல் கியோட்டோவரை — 61
13. அமெரிக்காவில் எதிர்ப்பு இயக்கம் — 69
14. இந்தியா எப்படிப் பாதிக்கப்படும்? — 73
15. சூரிய ஒளியிலிருந்து மின்சாரம் — 77
16. காற்றின் மூலம் மின்சாரம் — 89
17. அணுசக்தி ஒரு தீர்வாக இருக்க முடியுமா? — 94
18. பூமிமீது கைவைக்க விசித்திரத் திட்டங்கள் — 103
19. பாரிஸில் ஒரு புரட்சி — 106
20. நாம் என்ன செய்ய முடியும்? — 114

# 1 பூமிக்கு ஜுரம் கண்டுள்ளதா?

புவியின் சராசரி வெப்பம் அதிகரித்துவருவதாக—அதாவது பூமிக்கு ஜுரம் கண்டுள்ளதாக—நிபுணர்கள் கூறிவருகின்றனர். இதைத் தடுத்து நிறுத்தாவிட்டால் உலகில் கடல்மட்டம் உயரும் என்றும், இந்தியா உட்பட பல்வேறு நாடுகளிலும் பருவநிலை விபரீதமாக மாறிவிடும் என்றும் அவர்கள் எச்சரிக்கின்றனர். இந்தப் பிரச்சினை இப்போது விசுவரூபம் எடுத்துள்ளது. இதற்குத் தீர்வு காண்பது பற்றி பல்வேறு நாடுகளின் தலைவர்கள் கடந்த சுமார் 25 ஆண்டுகளாக அவ்வப்போது மாநாடு கூட்டிப் பேச்சு நடத்தியபோதிலும் உடன்பாடு எதுவும் ஏற்படாமல் இருந்தது. இந்த நிலையில் 2015 டிசம்பரில் பிரான்ஸ் நாட்டின் பாரிஸ் நகரில் இதுபற்றி உலக நாடுகளின் தலைவர்கள் கூடி விவாதித்து ஒரு உடன்பாட்டுக்கு வந்தனர். எனினும், இந்த உடன்பாட்டால் எந்த அளவுக்குப் பலன் கிட்டும் என்று தெரிய சில ஆண்டுகள் ஆகும் என்று கருதப்படுகிறது.

புவி வெப்பமாதல் குறித்து அண்மைக் காலமாக நிறையவே பேசப்படுகிறது. பத்திரிகைகளில் அடிக்கடி இதுபற்றிச் செய்திகள் வெளியாகிக்கொண்டிருக்கின்றன. தொலைக்காட்சி அலைவரிசைகளிலும் இதுபற்றிப் பேசப்படுகிறது.

பூமி வெப்பமடைவதைத் தடுக்காவிட்டால் தங்கள் நாடே கடலில் மூழ்கிவிடும் என்று மாலத்தீவுகளின் அரசு அலறிக்கொண்டிருக்கிறது. ஏதாவது செய்யுமாறு ஐ.நா.வைத் தீவு நாடான கிரிபாட்டி வற்புறுத்துகிறது. இன்னொரு தீவு நாடான துவாலு என்ன செய்வது என்று தெரியாமல் திகைத்து நிற்கிறது.

ஏதாவது செய்தாக வேண்டும் என வற்புறுத்தி அரசு சார்பற்ற அமைப்புகள் உலகில் ஆங்காங்கு ஆர்ப்பாட்டங்களை நடத்திவருகின்றன. பள்ளி மாணவர்களும் அட்டைகளை ஏந்தி ஊர்வலம் வருகின்றனர். இந்தப் பிரச்சினையில் மக்களின் கவனத்தை ஈர்க்க ஆண்டுதோறும் மார்ச் 27ஆம் தேதி 'விளக்கணைப்பு தினமாக' அனுசரிக்கப்படுகிறது.

பூமிக்குத் திடீரென அப்படி என்ன ஏற்பட்டுவிட்டது? நடைமுறையில் பார்த்தால் அப்படி எதுவும் ஏற்பட்ட மாதிரி தெரியவில்லை. கோடையில் அக்கினி நட்சத்திரத்தின்போது வெயில் வழக்கம்போலக் கடுமையாகத்தான் இருக்கிறது. கோடையில் ஒரு நாள் நல்ல மழை பெய்துவிட்டால் அன்று இரவு குளுமையாக இருக்கிறது. குளிர் காலத்தில் வெயில் அதிகரிக்கக் காணோம். வழக்கம்போலக் குளிரத்தான் செய்கிறது.

கடந்த 50 அல்லது 60 ஆண்டுகளில் இல்லாத அளவுக்குச் சூரியனின் உக்கிரம் அதிகரித்துவிட்டதா? அதனால்தான் பூமி சூடாகிவருகிறதா என்றால், அப்படி எதுவும் ஏற்பட்டிருப்பதாகவும் தெரியவில்லை. நிபுணர்கள் யாரும் அப்படிக் கூறக் காணோம். நமது அனுபவத்திலும் சூரியனின் வெப்பம் அதிகரித்துவருவதாகத் தோன்றவில்லை.

அப்படியானால் பூமியின் வெப்பம் அதிகரித்துள்ளதாக எப்படிக் கூறுகிறார்கள்? பூமியின் உட்புறத்தில் வெப்பம் அதிகரித்துவிட்டதா? அல்லது பூமியின் மேற் புறத்தில் வெப்பம் அதிகரித்துள்ளதா? பூமியின் மேற்புறத்தில் தானாக வெப்பம் எப்படி அதிகரிக்கும்?

கோடையில் பங்குனி-சித்திரை மாதங்களில் நடுப்பகலில், அதுவும் தார்ச் சாலையில் காலணி இல்லாமல் நடக்க முடியாதுதான். ஆனால், மற்ற மாதங்களில் வெறும் காலால் நடந்து சென்றால் தரை அப்படிச் சூடேறியதாகத் தெரியவில்லை. பூமி சூடேறிவருகிறது என்றால் புல் தரைகூடச் சூடாக இருக்க வேண்டும். இரவு நேரங்களில் சாலைகளில் நடந்தாலும் சாலை சூடாக இருக்க வேண்டும். ஆனால் அப்படி ஏதும் இல்லை. எதை வைத்துப் பூமி சூடேறிவிட்டதாகக் கூறுகிறார்கள்?

நல்ல கோடையாக இருந்தாலும், அதிகாலையில் கிணற்று நீரை இரைத்துத் தலையில் ஊற்றிக்கொண்டால் குளிர்ச்சியாக, சுகமாக இருக்கிறது. நடுப்பகலில் குளத்துக்குள் காலை வைத்தால் குளத்து நீர் சுகமாக இருக்கிறது. ஒருவேளை பூமி யின் உட்புறம் சூடேறிவருகிறது என்றால் கிணற்று நீர் சூடாக இல்லாவிட்டா லும் வெதுவெதுவென்று இருக்க வேண்டும். குளத்து நீரும் சூடாக இருக்க வேண்டும். ஆனால் அப்படி இல்லை.

பூமியின் உட்புறம் சூடாகிவருவதாக வைத்துக்கொண்டால் மரங்கள், செடிகள், கொடிகள் ஆகியவற்றின் வேர்கள் அந்த வெப்பத்தில் பட்டுப்போய்விடும். ஆனால் அப்படி நிகழ்வதில்லை. எதை வைத்துப் பூமி சூடேறிவருவதாகக் கூறுகிறார்கள்?

வெயில் காலத்தில் தார்ச் சாலையிலிருந்து எழும் வெப்பத்தால் காற்று சூடாக இருக்கிறது. வீட்டுக்குள் இருந்தாலும் அனல் காற்று வீசுகிறது. ஆனால், கடற்கரை யில் உட்கார்ந்தால் சுகமான காற்று வீசுகிறது. அருகே சற்றே உயரமான மலை இருந்தால் அந்த மலை உச்சியில் இதமான காற்று வீசுகிறது. ஊட்டி, கொடைக் கானல் போன்ற இடங்களில் நல்ல குளிர் அடிக்கிறது. கம்பளியால் போர்த்திக் கொள்ள வேண்டிய அளவுக்குக் குளிர் இருக்கிறது. ஆனால், பூமி சூடாகி வருகிறது என்கிறார்கள். எதை வைத்துச் சொல்கிறார்கள்?

கனடா, பிரிட்டன் மற்றும் ஐரோப்பிய நாடுகளில் குளிர் காலத்தில் வானி லிருந்து மாவு கொட்டுவது போல வெண்மையான பனித் துகள் (snow) கொட்டு கிறது. ஒரு திரைப்படப் பாடல் வருணித்ததுபோல இதை வெள்ளை மழை என்றும் சொல்லலாம். இந்தப் பனித் துகள் மரங்கள்மீது படிகிறது. தரையில் படிந்து எங்கு பார்த்தாலும் ஒரே வெண்மையாகக் காட்சி அளிக்கிறது. அந்தப் பனித் துகள் கெட்டிப்பட்டு உறைந்த பனிக்கட்டியாக மாறுகிறது.

பூமி சூடேறிவிட்டது என்றால் இந்தப் பனிக்கட்டிகள் உடனுக்குடன் உருக வேண்டும். ஆனால் அப்படி உருகுவதில்லை. வழக்கம்போலக் குளிர் காலம் முடிந்து வசந்த காலம் தொடங்கும்போதுதான் இந்தப் பனிக்கட்டிகள் மெல்ல உருக ஆரம்பிக்கின்றன. ஆனால் பூமி சூடேறிவருவதாகவும் பருவநிலை மாறி விடும் என்றும் கூறுகிறார்களே அது எப்படி?

வெள்ளிப் பனி மலை என்று வர்ணிக்கப்படுகிற அளவுக்கு இமயமலைச் சிகரங்கள் எப்போதும் பனிக்கட்டியால் மூடப்பட்டவையாக உள்ளன. தமிழகத்தி லிருந்து சுற்றுலாவாக சிம்லா அல்லது டார்ஜிலிங் போன்ற இடங்களுக்கு அல்லது புனித யாத்திரையாகப் பத்ரிநாத், கேதார்நாத் போன்ற இடங்களுக்குச் செல் பவர்கள் பனிக்கட்டியால் மூடப்பட்ட சிகரங்களைக் கண்டு பிரமித்து நிற்கிறார்கள். பூமி சூடேறிவருகிறது என்றால் இப்பனிக்கட்டியெல்லாம் உருகி, இந்தச் சிகரங்கள் வெறும் மொட்டைப் பாறைகளாகத் தெரிய வேண்டுமே? எதை வைத்துப் பூமி சூடேறுவதாகச் சொல்கிறார்கள்?

நமது அனுபவத்தை வைத்துச் சொல்வதானால் பூமி சூடேறிவருகிறது என்பது கண்கூடாகத் தெரியாத ஒன்றாகவே இருக்கிறது. எனினும், வல்லுநர்கள் இல்லாத ஒன்றைச் சொல்ல மாட்டார்கள். பல்வேறு துறைகளையும் சேர்ந்த நிபுணர்கள் விரிவாக ஆராய்ந்துதான் இவ்விதம் கூறுகின்றனர். அண்மைக் காலம்வரை இதை நம்பாமல் இருந்தவர்கள்கூட இப்போது புவி வெப்பமாதல் பற்றிய உண்மை நிலவரத்தை உணர ஆரம்பித்திருக்கின்றனர்.

எனவே, பூமிக்கு ஜுரம் வந்துள்ளதாக வல்லுநர்கள் கூறுவது சரியாகத்தான் இருக்க வேண்டும். அவர்கள் கூறும் கணக்குப்படி பூமியின் சராசரி வெப்பநிலை உயர்ந்துதான் வருகிறது. பூமியின் சராசரி வெப்பநிலையைக் கணக்கிட வழி இருக்கிறது. அதன் மூலம் இத்தகவல் கண்டறியப்பட்டுள்ளதாகச் சொல்லலாம்.

சராசரி வெப்பநிலைதான் மெல்லமெல்ல உயர்ந்துவருகிறது. இந்த அதிகரிப்பு, பொதுவாக அரை டிகிரி, கால் டிகிரி அளவில்தான் இருக்கிறது. சொல்லப்போனால் 1880ஆம் ஆண்டிலிருந்து 2012 வரையிலான காலத்தில் பூமியின் சராசரி வெப்பம் 0.85 டிகிரிதான் உயர்ந்துள்ளது. எனவேதான் இந்த அதிகரிப்பை நம்மால் அன்றாட வாழ்க்கையில் உணர முடிவதில்லை. உலகின் சராசரி வெப்பநிலை அரை டிகிரி, கால் டிகிரி வீதம் உயர்ந்தால் முப்பது நாற்பது ஆண்டுகளில் மொத்தத்தில் இது கணிசமான உயர்வாக அமைந்துவிடும்.

சரி, இத்தனை நாள் இல்லாமல் உலகில் இப்போது கடல்மட்டம் ஏன் உயர ஆரம்பித்திருக்கிறது? பூமியின் சராசரி வெப்பம் அதிகரித்துவருவதே இதற்குக் காரணம் என்று வல்லுநர்கள் கூறுகிறார்கள். சராசரி வெப்பம் உயரும்போது கடல் நீரும் வெப்பமடையும். இதன் விளைவாக கடல்கள் வீங்கும். இதன் விளைவாக கடல் நீர்மட்டம் உயரும். இன்னொரு முக்கிய விளைவும் உண்டு.

பூமியின் வடதுருவப் பகுதியிலும் தென்துருவப் பகுதியிலும் மலை மலையாகப் பனிப்பாறைகள் குவிந்துகிடக்கின்றன. குறிப்பாகத் தென்துருவத்தில் அண்டார்டிகா என்னும் பெரிய கண்டமே உறைபனிக்கட்டியால் மூடப்பட்டதாக உள்ளது.

உலகில் இது ஐந்தாவது பெரிய கண்டமாகும். இங்கு எங்கு பார்த்தாலும் பனிக் கட்டியாகவே இருக்கும். சராசரியாக 1.6 கிலோமீட்டர் ஆழத்துக்கு இங்கு பனிக் கட்டி குவிந்து கிடக்கிறது. வடக்கே கிரீன்லாந்திலும் ஐஸ்லாந்திலும் ஏராளமான அளவுக்குப் பனிக்கட்டிகள் உள்ளன.

பூமி சூடேறிவருவதால் இந்தப் பனிக்கட்டிப் பிரதேசங்களின் விளிம்புப் பகுதிகளில் பனிக்கட்டிகள் ஏற்கனவே உருக ஆரம்பித்துள்ளன. வட, தென் துருவப் பகுதிகளில் உள்ள பனிக்கட்டிகள் அனைத்தும் உருகுவதாகக் கற்பனை செய்தால் உலகின் கடல்மட்டம் சுமார் 60 மீட்டர் அளவுக்கு உயர்ந்துவிடும் என்று ஒரு தகவல் கூறுகிறது. உலகில் கடலோர நகரங்கள் அனைத்தும் கடலில் மூழ்க வேண்டியதுதான். இப்போதைக்கு அப்படியான ஆபத்து இல்லை.

பனிக்கட்டிப் பாளங்கள் தென், வட துருவங்களில் மட்டுமல்லாமல் இமயமலை உட்பட உலகின் மிக உயர்ந்த மலைப் பகுதிகளிலும் இருக்கின்றன. பூமியின் சராசரி வெப்பம் உயரும்போது மலைகளில் உள்ள உறைபனிப்பாளங்களும் மெல்ல உருக ஆரம்பிக்கும். இமயமலையில் ஏற்கனவே இதற்கான அறிகுறிகள் தென்படுகின்றன. மலைப் பாங்கான நாடுகளில் இது வெவ்வேறான பாதக விளைவுகளை ஏற்படுத்துகின்றன. ஆகவேதான் நேபாளம் அலறுகிறது.

துருவப் பகுதிகளில் உள்ள பனிக்கட்டிப் பாளங்கள் பெருமளவில் உருகும் போது கடல்மட்டம் கணிசமான அளவுக்கு உயர்ந்துவிடும். தீவுகள் கடலில் மூழ்கிவிடும். உலகில் பரவலாகப் பருவநிலை மாறிவிடும். வழக்கமான பருவத்தில் மழை இருக்காது. அத்துடன் காலம் தாழ்ந்து பெருமழை பெய்யும். இதனால் பயிர் விளைச்சல் பாதிக்கப்படும். உலகில் ஆங்காங்கு உணவுப் பஞ்சம் தோன்றும். விளைநிலங்கள் பாலைவனங்களாக மாறலாம். பருவநிலை மாறும்போது நோய்களும் அதிகரிக்கலாம். எதிர்காலத்தில் இப்படியான நிலைமைகள் ஏற்படாமல் தடுக்க வேண்டும் என்று நிபுணர்கள் கூறுகிறார்கள்.

இத்தனை நாளும் இல்லாமல் இப்போது எப்படி இது போன்ற ஒரு விபரீத நிலைமை உண்டாயிற்று? அடிப்படையில் கரியமிலவாயுதான் இதற்குக் காரணம். அதாவது, எப்போதும் இல்லாத அளவில் காற்று மண்டலத்தில் கரியமில வாயு நிறைய சேர்ந்துவிட்டது.

எதை எரித்தாலும் கரியமிலவாயு தோன்றும். ஆதி நாட்களில் அடுப்பெரிக்க விறகுக் கட்டைகளையும் சுள்ளிகளையும் எரித்தோம். இரவில் வெளிச்சம் பெற இயற்கையில் கிடைக்கும் எரிபொருட்களையும் எரித்தோம். அப்போதும் காற்றில் கரியமிலவாயு சேரத்தான் செய்தது. ஆனால் செடி, கொடி, மரம் எனத் தாவரங்கள் கரியமிலவாயுவை அகற்றுவதில் முக்கியப் பங்காற்றின. காற்று மண்டலத்தில் கரியமிலவாயு சேர்மானத்துக்கும் இயற்கையாகக் கரியமிலவாயு அகற்றப்படுவதற்கும் ஒருவிதச் சமநிலை இருந்துவந்தது.

ஆனால் மின்சாரத்தை உண்டாக்கும் முறை கண்டுபிடிக்கப்பட்டபோது மனிதன் நிலக்கரியை எரித்து மின்சாரத்தை உண்டாக்க முற்பட்டான். இதற்கென அனல் மின்நிலையங்கள் தோன்றின. பின்னர் நிலத்துக்கு அடியிலிருந்து கச்சா எண்ணெய் எடுக்கப்பட்டு பெட்ரோல், டீசல், கெரசின், உலை எண்ணெய் முதலியவை உற்பத்தி செய்யப்படலாயின. இவற்றைப் பயன்படுத்தும்

வாகனங்களின் எண்ணிக்கை பெருகலாயிற்று. நிலத்துக்கடியிலிருந்து இயற்கை வாயு எனப்படும் எரிவாயுவும் எடுக்கப்படலாயிற்று.

நிலக்கரி, கச்சா எண்ணெய், எரிவாயு ஆகியவை நிலத்துக்கு அடியிலிருந்து பெறப்படுவதால் இவை புதைபடிவ எரிபொருட்கள் என்றும் அழைக்கப் படுகின்றன. ஆரம்பத்தில் மேற்கு நாடுகளில்தான் இவற்றின் உபயோகம் அதிக அளவில் இருந்தது. கடந்த நூற்றாண்டிலிருந்து வளரும் நாடுகள் எனப்படும் ஏழை நாடுகளிலும் இவற்றின் உபயோகம் அதிகரித்துவருகிறது.

எனவே இயற்கையால் ஜீரணிக்க முடியாத அளவில் காற்று மண்டலத்தில் கரியமிலவாயு சேரலாயிற்று. இவ்விதம் அதிகரித்துவந்த கரியமிலவாயு காற்று மண்டலத்தில் உயரே போய்ச் சேர்ந்து ஏற்படுத்திய விளைவின் காரணமாகத் தான் பூமியின் சராசரி வெப்பம் அதிகரித்துள்ளது.

உயரே செல்லும் கரியமிலவாயு பூமியை எவ்விதம் சூடாக்குகிறது என்பதைப் பின்னர் கவனிப்போம்.

இந்தப் புதைபடிவ எரிபொருட்களின் உபயோகத்தை அடியோடு நிறுத்தி னால் அல்லது பெருமளவுக்குக் குறைத்தால் பூமியின் சராசரி வெப்பம் அதிகரிப் பதை நிச்சயம் கட்டுப்படுத்த முடியும். பூமிக்கு ஏற்படக்கூடிய ஆபத்தைத் தவிர்க்க முடியும்.

புதைபடிவ எரிபொருட்களுக்குப் பதில் சூரிய ஒளியைப் பயன்படுத்தலாம். காற்றைப் பயன்படுத்தலாம். அதற்கு நிச்சயம் வழி உள்ளது. ஏற்கனவே இந்த வழியில் உலக அளவில் நடவடிக்கைகள் எடுக்கப்பட்டுவருகின்றன. சூரிய மின்பலகைகள், காற்றாலைகள் அந்த வழியிலானவை.

இயற்கை வளங்களுக்கு முற்றிலும் மாறுவதற்கு முன்னர் புதைபடிவ எரி பொருள் உபயோகத்தைக் குறைத்துக்கொண்டாக வேண்டும். அப்படிச் செய்யும்போது மிக முன்னேறிய மேற்கத்திய நாடுகளைப் பொறுத்தவரை அவை தங்களது சொகுசு வாழ்க்கையைக் குறைத்துக்கொண்டாக வேண்டும். ஆனால் ஏழை நாடுகள் அவ்விதம் செய்வதென்றால் அவற்றின் வளர்ச்சி பாதிக்கப்படும். அந்த நாடுகளால் எளிதில் புதிய இயற்கை வளங்களுக்கு மாற முடியாது. அவ்விதம் மாறுவதற்கான தொழில்நுட்பத் திறனும் அவற்றிடம் இல்லை.

எனவே புதைபடிவ எரிபொருட்களைக் கைவிடுவதில் உலகில் யார் எந்த அளவுக்குப் பங்களிப்பது என்பதில் முன்னேறிய நாடுகளுக்கும் ஏழை நாடுகளுக் கும் இடையே இயல்பாகக் கருத்து வேறுபாடு ஏற்பட்டது. பணக்கார நாடுகள் கட்டாய அடிப்படையில் அதிகப் பங்களிக்க வேண்டும் என்று கூறும் ஓர் உடன்பாட்டை உலக அளவில் அமல்படுத்த முயன்றபோது அது தோல்வியில் முடிந்தது. எனவே, கடைசியில் **2015**ஆம் ஆண்டில் ஏற்பட்ட சர்வதேச உடன் பாட்டில் கட்டாய அம்சம் நீக்கப்பட்டது. கரியமிலவாயு வெளிப்பாட்டை எந்த அளவுக்குக் குறைத்துக்கொள்வது என்பது அந்தந்த நாடுகளின் விருப்பத்துக்கு விடப்பட்டுவிட்டது. ஏற்கனவே கூறியபடி இந்த ஏற்பாடு எந்த அளவுக்குப் பலன் அளிக்கும் என்பது போகப்போகத்தான் தெரியும்.

* * * * *

## 2 மிரட்டும் கடல்: மூழ்கும் தீவுகள்

கிரிபாட்டி என்பது பசிபிக் கடலில் அமைந்துள்ள தீவு நாட்டின் பெயர். மொத்தம் சுமார் 33 தீவுகள். இங்கு கடல்மட்டம் மெல்ல உயர்ந்துவருகிறது. கடல் மட்டம் உயர்கிறது என்றால் நான்கு புறங்களிலும் உயர்ந்துவருகிறது. எனவே, அத்தீவுகளில் வாழும் மொத்தம் சுமார் ஒரு லட்சம் மக்களின் எதிர்காலம் கேள்விக் குறியாகியுள்ளது.

கிரிபாட்டி தீவுகளில் பலவும் பவளப்பாறைகளால் ஆனவை. பெரும்பாலான தீவுகள் வட்ட வடிவமானவை. நடுவே உப்பங்கழிகள். தீவுகளின் மொத்த நிலப் பரப்பு சுமார் 800 சதுர கிலோமீட்டர். சென்னை நகரின் பரப்பளவைப் போல இரண்டு மடங்கு.

கிரிபாட்டி தீவுகளில் மிக உயரமான இடம் என்பது வெறும் 6 மீட்டர். ஆகவே கடல்மட்டம் தொடர்ந்து உயருமானால் தீவுகளுக்கு ஆபத்துதான். வேறு விதமாகச் சொன்னால், என்றாவது ஒரு நாள் கிரிபாட்டி என்ற நாடே இருந்த இடம் தெரியாமல் கடலில் மூழ்கிவிடலாம்.

கிரிபாட்டி அரசு மனம் தளர்ந்துவிடவில்லை. ஆபத்துக்கு இருக்கட்டும் என்று கருதி 2012ஆம் ஆண்டில் சுமார் 2 ஆயிரம் கிலோமீட்டர் தொலைவில் உள்ள ஃபிஜி நாட்டில் 2000 சதுர கிலோமீட்டர் நிலத்தை வாங்கிப்போட்டிருக்கிறது. மூழ்கும் தீவில் இனியும் இருக்க முடியாது என்ற நிலைமை ஏற்பட்டால் ஃபிஜியில் வாங்கிப்போட்டுள்ள இடத்தில் கிரிபாட்டி மக்கள் குடியேறுவது என்பது திட்டம். சுமார் ஒரு லட்சம் மக்கள் வாழ்வதற்கு அந்த இடம் தாராளமாகப் போதும்.

எனினும், இப்போதைக்கு நாட்டைவிட்டு ஓட வேண்டிய நிலை இல்லை. ஆனால் கடல்மட்டம் உயர்ந்துவருவதால் கிரிபாட்டியில் பல இடங்களில் உப்பு நீர் புகுந்துள்ளது. விவசாயம் பாதிக்கப்பட்டுள்ளது. எனவே, ஃபிஜியில் விலைக்கு வாங்கியுள்ள நிலத்தில் இப்போதைக்குப் பயிர்ச் சாகுபடி மேற்கொள்ளப்படுகிறது.

கடல்மட்டம் உயருவதால் ஆபத்தை எதிர்நோக்கியுள்ள தீவுகள் பசிபிக்கில் மேலும் பல உள்ளன. இவற்றில் துவாலு போன்ற தீவுகளும் அடங்கும். துவாலு என்பது மொத்தம் ஆறு தீவுகள். சுமார் 10 ஆயிரம் பேர் வசிக்கிறார்கள். துவாலுவில் ஏற்கனவே கடல்மட்டம் சுமார் 20 செண்டிமீட்டர் உயர்ந்துவிட்டது.

பசிபிக்கில் மட்டுமல்ல, இந்துமாக்கடலில் உள்ள மாலத்தீவுகள் நாடும் ஆபத்தை எதிர்நோக்கியுள்ளது. மாலத்தீவுகள் இந்தியாவுக்குத் தென்கிழக்கே அமைந்திருக்கும் தீவு நாடு. மாலை வடிவில் சுமார் ஆயிரம் தீவுகள் உள்ளதால் இவற்றை மாலைத் தீவுகள் என்றும் கூறலாம்.

கடல் நீர்மட்டம் இப்போதுள்ள அளவில் தொடர்ந்து உயர்ந்துவந்தால் ஏழு ஆண்டுகளில் மாலத்தீவுகள் கடலில் மூழ்கும் ஆபத்து உள்ளது என்று மாலத்தீவு அதிபர் ஒருசமயம் கணக்குப் போட்டுக் கூறினார்.

மாலத்தீவுகளின் மோசமான எதிர்காலத்தை எடுத்துக்காட்ட மாலத்தீவு அரசு 2009ஆம் ஆண்டு அக்டோபர் மாதம் தனது அமைச்சரவைக் கூட்டத்தைக் கடலுக்கு அடியில் நடத்தியது.

மாலத்தீவு போன்ற தீவுகளின் நிலை பரிதாபம்தான். சுமார் 200 தீவுகளே வசிக்கத் தக்கவை. அவற்றின் சராசரித் தரைமட்டம் கடல்மட்டத்திலிருந்து சுமார் ஒரு மீட்டர்கூட இருக்காது. 2004ஆம் ஆண்டில் சுனாமி தாக்கியபோது பல தீவுகளில் கடல்நீர் புகுந்தது.

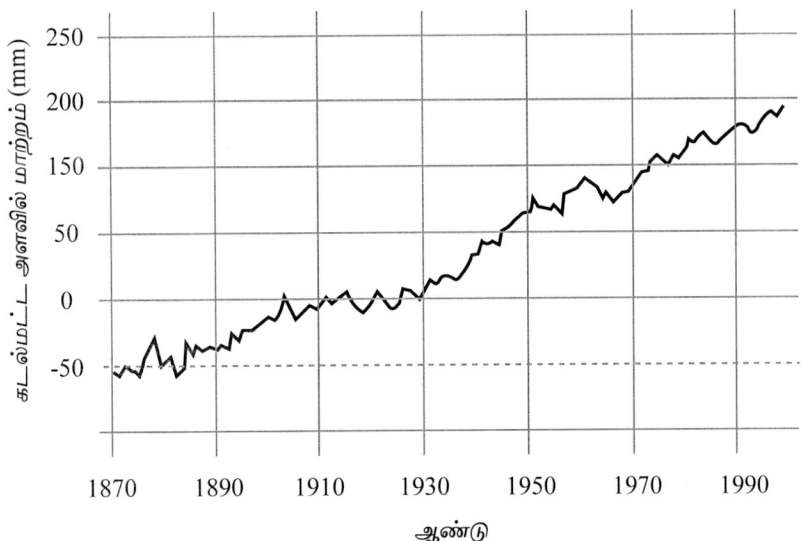

கடல்மட்டம் உயர்ந்துவருவதைக் காட்டும் வரிவரைபடம்

Source: http://climate.nasa.gov/vital-signs/sea-level/

இந்த நிலையைத் தொடர்ந்து மாலத்தீவு அரசு வெளிநாடுகளில் நிலம் வாங்கிப் போட்டால் என்ன என்று நினைத்தது. உள்ளபடி மாலத்தீவுகளுக்கு ஆண்டுதோறும் ஏராளமான சுற்றுலாப் பயணிகள் வருகின்றனர். இதன் மூலம் கிடைக்கும் வருமானத்தில் ஒரு பகுதியைத் தனியே ஒதுக்கி, அதைக் கொண்டு ஆஸ்திரேலியா, இலங்கை, இந்தியா ஆகிய நாடுகளில் நிலம் வாங்கிப் போடலாமே என்று அரசு சிந்தித்தது. மாலத்தீவு இந்த வகையில் செயல்படுவதற்கு முன்னர் கிரிபாட்டி அதைச் செயலில் செய்துகாட்டிவிட்டது.

கிரிபாட்டி தீவு மக்களும் மாலத்தீவு மக்களும் அங்கிருந்து உடனடியாக வெளியேற வேண்டிய நிலைமை இல்லைதான்.

காற்று மண்டலத்தில் நம் தலைக்கு மேலே கரியமிலவாயு உட்பட சில வாயுக்களின் சேர்மானம் அதிகரித்துவருகிறது. இதன் விளைவாகவே பூமியின் சராசரி வெப்பம் அதிகரிக்க ஆரம்பித்துள்ளதாக வல்லுநர்கள் கூறுகிறார்கள். இந்த வாயுக்களின் சேர்மானம் ஏன் அதிகரித்துவருகிறது என்பதற்கான காரணங் களையும் அவர்கள் தெரிவித்துள்ளனர். இக்காரணங்கள் யாவை என்பதை அடுத்து வரும் அத்தியாயங்களில் விரிவாகக் கவனிப்போம்.

இப்போதைய நிலைமை நீடித்தால் உலகில் பருவ நிலைமை விபரீதமாக மாறிவிடும் என்றும், இப்படி ஏற்படாமல் தடுக்க உலக நாடுகள் இப்போதே தக்க நடவடிக்கைகளை எடுக்க வேண்டும் என்றும் அவர்கள் கூறுகின்றனர். பருவநிலை மாற்றத்துக்கான அறிகுறிகள் இப்போதே தெரிய ஆரம்பித்திருக்கின்றன.

அமெரிக்காவுக்குச் சொந்தமான அலாஸ்காவில் சுமார் 400 பேர் பருவநிலை மாற்றம் காரணமாக விரைவிலேயே ஊரைக் காலி செய்து வெளியேற வேண்டும் என்ற நிலைமை தோன்றிவிட்டது. மேற்கு அலாஸ்கா எனப்படும் அப்பிராந்தி யத்தில் கடலோரமாக நியுடோக் என்ற சிற்றூர் இருக்கிறது.

மேற்கு அலாஸ்கா கடும் குளிர் நிலவும் பிராந்தியம். உள்ளபடி அங்கு நிலம் உண்டு, அந்த நிலத்துக்கு அடியில், அதாவது, மண்ணுக்கு அடியில் சற்று ஆழத்தில் உறைந்த பனிக்கட்டி இருக்கும். இது போன்ற இடங்களை ஆங்கிலத்தில் permafrost என்பார்கள். நியூடோக் பகுதியில் நிலத்துக்கு அடியில் இதுவரை மிகவும் கெட்டியாக இருந்த உறைபனிக்கட்டிகள் தளர ஆரம்பித்துள்ளன.

கடல் நீரின் வெப்பம் அதிகரித்துவருவதாலும் நிலப் பகுதியில் குளிர் நிலை முன்னைவிடக் குறைந்துவருவதாலும் இவ்விதம் நிலம் தளர ஆரம்பித்து, இப்போது நிலப் பகுதியானது கடல்மட்டத்தைவிடத் தாழ்ந்துவிடுகிறது. விரைவில் இந்த நிலப் பகுதியைக் கடல் விழுங்கிவிடும் என்ற நிலை ஏற்பட்டுவருகிறது. ஆகவே இங்கு வாழும் சுமார் 350 பேர் வேறிடங்களுக்கு இடம்பெயர்வது பற்றிச் சிந்தித்துவருகின்றனர். இப்படி நேரும்போது இவர்களே உலகில் பருவநிலை மாற்றத்தால் இடம் பெயரும் முதல் அகதிகளாக இருப்பர்.

கடல்மட்டம் மெல்ல உயர்வது பற்றிக் குறிப்பிட்டோம். கடல்மட்டம் உயருவதால் ஏதோ தீவுகள் மட்டும் பாதிக்கப்படும் என்று கருதக் கூடாது. இந்தியா போன்ற பெரிய நாடுகளில் கரையோரமாக உள்ள நகரங்களுக்கும் ஆபத்துதான். தமிழகத்தை எடுத்துக்கொண்டால் சென்னை, கடலூர், நாகை, தூத்துக்குடி எனப் பல நகரங்கள் கடலோரமாக அமைந்துள்ளன. மாலத்தீவுகளின் மொத்த மக்கள் தொகை சுமார் 4 லட்சம். அத்துடன் ஒப்பிட்டால் தமிழகத்தில் கடலோரமாக ஒரு சில கோடி மக்கள் வசிக்கின்றனர்.

உலக அளவில் பார்த்தால் நியூயார்க், லண்டன், ஆம்ஸ்டர்டாம், பெய்ஜிங், மெல்போர்ன் என உலகின் பல பிரபல பெருநகரங்கள் கடலோரமாகத்தான் அமைந்துள்ளன. வல்லுநர்கள் அஞ்சுவதுபோலக் கடல்மட்டம் தொடர்ந்து உயர்ந்தால் பல பெருநகரங்களுக்கும் ஆபத்துதான்.

உலகில் மிக மோசமாகப் பாதிக்கப்படக்கூடிய 10 நகரங்களில் மும்பையும் ஒன்று என உலக வங்கி எச்சரித்திருக்கிறது. அமெரிக்காவைப் பொறுத்தவரையில் ஃப்புளோரிடாவில் உள்ள மியாமி நகரமும் நியூயார்க் நகரமும் மிக மோசமாகப் பாதிக்கப்படும். மியாமி நகரம் கிட்டத்தட்ட கடல்மட்டத்திலேயே உள்ளது.

கடலோர நகரங்களுக்கு இவ்விதம் ஆபத்து ஏற்படுவது ஒரு புறம் இருக்க, பருவநிலை மாறினால் இந்தியா உட்பட உலகின் எல்லா நாடுகளும் வேறு பிரச்சினைகளைச் சந்திக்க நேரிடும்.

உதாரணத்துக்குத் தமிழகத்தை எடுத்துக்கொள்வோம். ஜூன்-ஜூலை மாதங்களில் கர்நாடகத்திலும் கேரளத்திலும் தென்மேற்குப் பருவமழை பெய்கிறது. இதன் மூலம் காவிரி, பவானி, பெரியாறு முதலான நதிகளில் நிறைய தண்ணீர் வருகிறது. மேட்டூர் அணை, பவானி அணை, பெரியாறு அணை முதலியவை நிரம்புவதால் தமிழகத்தில் நிறைய நிலங்களுக்குப் பாசன வசதி கிடைக்கிறது.

பெரிதும் நவம்பர் மாதத்தில் பெய்யும் வடகிழக்குப் பருவமழையின் பலனாகத் தமிழகத்தில் உள்ள ஏராளமான ஏரிகளும் குளங்களும் நிரம்புகின்றன. நிலத்தடி நீர் மட்டம் உயர்கிறது. பயிர்களுக்கும் இந்த மழை பயனுள்ளதாக இருக்கிறது.

ஏதேனும் ஓர் ஆண்டில் இந்தப் பருவமழைகளில் ஒன்று சரியாகப் பெய்யா விட்டால் தமிழகத்தில் விவசாயம் பாதிக்கப்படுகிறது. வறட்சி காரணமாகக் குடிநீர் பற்றாக்குறை ஏற்படுகிறது. உணவு உற்பத்தி பாதிக்கப்படுகிறது. அந்த அளவில் பொருளாதாரமும் பாதிக்கப்படுகிறது.

மழை நல்லதுதான். ஆனால், பெய்ய வேண்டிய சமயத்தில் மழை இருந்தால் மட்டுமே நல்லது. தேவையில்லாத காலத்தில் பெருமழை பெய்தால் அதனால் பாதிப்புதான் ஏற்படும்.

முன்கூட்டி அல்லது காலம் தாழ்ந்து மழை பெய்தாலும் வேண்டாத விளைவுகள் ஏற்படும். நெற்பயிர் அறுவடைச் சமயத்தில் மழை பெய்தால் விளைச்சல் பாழாகிவிடும். முன்பெல்லாம் தமிழகத்தில் பெரும் நிலப்பரப்பில் குறுவை நெல் சாகுபடி செய்வதுண்டு. அக்டோபர் கடைசியில் தொடங்க வேண்டிய வடகிழக்குப் பருவமழை சில ஆண்டுகளில் அக்டோபர் மத்தியிலேயே தொடங்கிவிடும். விவசாயிகள் கவலையுடன் வானை நோக்கியபடி அவசரஅவசரமாகக் குறுவை நெல்லை அறுத்து முடிப்பார்கள்.

சில பணப்பயிர்களுக்கு நல்ல வெயிலும் தேவை. மலைத் தோட்டங்களில் குறிப்பிட்ட சமயங்களில் நல்ல வெயில் இருக்க வேண்டும். சில பயிர்களுக்குக் குளிரும் தேவை. வெயிலோ மழையோ குளிரோ அந்தந்தக் காலத்தில் இருந்தால் தான் விளைச்சல் நன்றாக இருக்கும்.

பருவநிலை மாறினால் மழை பெய்ய வேண்டிய காலத்தில் மழை இல்லாமல் போகலாம். புயல்களின் கடுமை அதிகரிக்கலாம். சில இடங்களில் மழையே இல்லாமல் போகலாம். இப்படியாக, பருவங்கள் மாறிப்போகலாம் என்று வல்லுநர்கள் கூறுகின்றனர்.

பருவங்கள் விபரீதமாக மாறினால் விவசாயம் பாதிக்கப்படும். பொருளாதாரமே சீர்குலையும்.

தமிழகத்தில் மட்டுமின்றி உலகில் ஒவ்வொரு நாட்டிலும் பருவநிலை எவ்விதமாகவெல்லாம் பாதிக்கப்படலாம் என்பதை வல்லுநர்கள் விவரமாகவே குறிப்பிட்டுள்ளனர்.

இப்போது ஒரு நாட்டில் உணவு உற்பத்தி பாதிக்கப்பட்டால் பிற நாடுகளிலிருந்து இறக்குமதி செய்து சமாளிக்க இயலும். பல்வேறு நாடுகளிலும் இவ்விதம் பருவநிலை மாற்றங்களால் விபரீத விளைவுகள் ஏற்பட்டால் உலக அளவில் சீர்குலைவுதான் நிகழும்.

சில நாடுகள் முற்றிலும் சுற்றுலாப் பயணிகளின் வருகையை நம்பி நிற்பவை. அவ்விதமான நாடுகளில் பருவநிலை விபரீதமானால் அந்த நாடுகளின் மொத்த வருமானமே பாதிக்கப்படும்.

இனி, பூமியின் சராசரி வெப்பநிலை உயர்ந்துவருவதை எப்படிக் கணக்கிடுகிறார்கள் என்பதைக் கவனிப்போம்.

**\* \* \* \* \***

## 3 பூமிக்கு ஆயிரம் வெப்பமானிகள்

சில சமயம் நமக்கு உடம்பு ஒரு மாதிரியாக இருப்பதாகத் தோன்றும். ஜுரம் இருப்பதாகவே தெரியாது. ஆனால் வெப்பமானியை வைத்துப் பார்த்தால் 100 டிகிரி ஜுரம் இருப்பதாகக் காட்டும். வல்லுநர்களும் வெப்பமானிகள் மூலம்தான் பூமிக்கு ஜுரம் வந்துள்ளதாகக் கண்டுபிடித்துள்ளனர்.

ஆனால் பூமிக்கு ஜுரம் வந்துள்ளதைக் கண்டுபிடிக்க ஒரு வெப்பமானி அல்ல, பல ஆயிரம் வெப்பமானிகள் தேவைப்படுகின்றன. சென்னை போன்ற நகரில் வெயில் எவ்வளவு என்று அளந்து கூறும் வெப்பமானியும் அவற்றில் ஒன்று.

உலகில் தரையிலும் கடலிலும் வெப்பமானிகளைக் கொண்டு அளந்தால் மட்டும் போதாது என்று வானில் உயரத்தில் பறக்கும் செயற்கைக்கோள்களிலும் 'வெப்பமானி'களை வைத்துப் பூமியில் ஆங்காங்குள்ள வெப்ப/குளிர் நிலைமைகளை அளக்கிறார்கள்.

பூமி வெப்பமடைவதை எப்படிக் கண்டுபிடிக்கிறார்கள் என்பதை நாம் அறிந்து கொள்வதற்கு முன்னர் தரைப் பகுதியில் அதாவது சென்னை, டெல்லி, லண்டன், நியூயார்க் உட்பட ஏராளமான நகரங்களிலும் சிற்றூர்களிலும் கிராமப் புறங்களிலும் வெயிலை எப்படி அளக்கிறார்கள் என்று தெரிந்துகொள்வது உதவியாக இருக்கும். ஏனெனில், உலகில் எண்ணற்ற இடங்களில் பதிவு செய்யப்படும் வெப்ப அளவை வைத்துத்தான் பூமியின் சராசரி வெப்பம் கணக்கிடப்படுகிறது. அதை வைத்துத்தான் பூமியின் சராசரி வெப்பம் எந்த அளவுக்கு உயர்ந்துள்ளது என்பதும் கண்டறியப்படுகிறது.

முதலில் தமிழகத்தைக் கவனிப்போம். மே மாதத்தில் அக்னி நட்சத்திரத்தின் போது 'சென்னையில் 42 டிகிரி வெயில்' என்று தமிழ்ப் பத்திரிகைகளின் முதல் பக்கத் தலைப்புகள் அலறும். ஆனால் சில மாதங்கள் கழிந்ததும், உதாரணமாக, ஜனவரியில் சென்னையில் வெயில் அளவு எவ்வளவு என்பது பற்றி அதே பத்திரிகைகளில் ஒரு வரிகூட இருக்காது.

பத்திரிகைகளில் வெயில் அளவு பற்றிய செய்தி வராவிட்டாலும் டிசம்பர் ஜனவரி மாதங்களிலும் தினமும் அதிகபட்ச வெயில் அளவு பதிவு செய்யப் படுகிறது. குறைந்தபட்ச வெயில் அளவும் பதிவு செய்யப்படுகிறது, மத்திய அரசின் கீழ் இயங்கும் வானிலைத் துறையினர் ஆண்டு முழுவதும் தினமும் இவற்றைத் தொடர்ந்து பதிவுசெய்கின்றனர். ஏப்ரல்-மே மாதங்கள்

தவிர மற்ற மாதங்களில் வெயில் அளவைப் பற்றி மக்கள் அவ்வளவாக அக்கறை காட்டுவதில்லை என்பதால் பல பத்திரிகைகள் அது பற்றிய விவரங்களைப் பிரசுரிப்பது இல்லை. அவ்வளவுதான், பலருக்கும் அன்றாட வெயில் அளவு எவ்விதம் பதிவு செய்யப்படுகிறது என்பது தெரியாது. ஒரு நகரில் அதிகபட்ச வெயில் எவ்வளவு என்று அளப்பதற்கென விசேஷ வெப்ப மானிகள் உள்ளன. அவற்றைப் பெரும்பாலானோர் பார்த்திருக்க வாய்ப்பில்லை.

அதிகபட்ச, குறைந்தபட்ச வெப்பநிலைகளை அளப்பதற்கு உலகில் எல்லா நகரங்களிலும் தனி நிலையங்கள் உள்ளன என்று குறிப்பிட்டோம். இந்த நிலையங்களில் காற்றின் வேகம், காற்று வீசும் திசை, பெய்த மழை அளவு ஆகியவற்றை அளந்து கூறும் கருவிகளும் இடம்பெற்றிருக்கும்.

வானிலை நிலையத்தில் வெயிலை அளந்து கூறும் கருவியை எங்கு பொருத்த வேண்டும், எப்படி அதைப் பொருத்த வேண்டும் என்பதற்கெல்லாம் உலக அளவில் நிர்ணயிக்கப்பட்ட தனி வரைமுறைகள் உள்ளன. ஆனால் உலகில் எல்லா இடங்களிலும் இந்த வரைமுறைகள் ஒழுங்காகப் பின்பற்றப்படுவதாகச் சொல்ல முடியாது.

முதலில் இங்கு ஒன்றைத் தெளிவுபடுத்தியாக வேண்டும். வெயில் (சூரியன்) காரணமாகத்தான் ஓரிடத்தில் வெப்பம் குறிப்பிட்ட அளவில் உள்ளது. வெயில் அடிப்பதன் விளைவாக ஓரிடத்தில் தரை சூடாகிறது. தரை சூடாவதால் தரைக்குச் சற்று மேலே சில அடி உயரத்தில் உள்ள காற்று வெப்பமடைகிறது. இப்படிச் சூடாகிற காற்றின் வெப்பம்தான் அளவிடப்படுகிறது. எனினும், சூரியனின் கதிர்கள் நேரடியாகக் காற்றைச் சூடாக்குவது கிடையாது. தரை சூடாவதால்தான் தரையை ஒட்டியுள்ள காற்றுப் பகுதி சூடாகிறது. அந்தக் காற்றின் வெப்பத்தை அளப்பதுதான் நோக்கம் என்பதால் வெப்பமானியை வெயிலில் அல்லது வெயில் படும்படியான இடத்தில் வைப்பது கிடையாது.

வெப்பத்தைப் பதிவுசெய்வதற்கான கருவி

வெப்பத்தைப் பதிவுசெய்வதற்கான கருவி வெயில் படாத இடத்தில், அதாவது, நிழலில்தான் வைக்கப்படுகிறது. அக்கருவிமீது வெயில் விழக் கூடாது என்பது விதிமுறைகளில் முக்கிய அம்சமாகும். திறந்தவெளியில் முதலில் சுமார் நான்கு அடி உயரமுள்ள ஒரு கம்பத்தை நட்டு அதன் மீது ஒரு பெட்டியை வைக்கிறார்கள்.

வெப்பத்தைப் பதிவுசெய்யும் கருவிகள் இப்பெட்டியின் உள்ளே அமைந்துள்ளன.

இப்பெட்டியானது கட்டாயம் வெள்ளை வர்ணம் பூசப்பட்டதாக இருக்க வேண்டும். வெள்ளை நிறம் தவிர, மற்ற வர்ணங்கள் வெப்பத்தை ஈர்ப்பவை. பெட்டி சூடேறினால் அது உள்ளே இருக்கிற வெப்பப் பதிவுக் கருவியை பாதிக்கலாம். ஆகவேதான் வெள்ளை நிறம் தேர்ந்தெடுக்கப்பட்டுள்ளது.

இப்பெட்டியின் நான்கு புறங்களிலும் நீள வாட்டில் கீற்றுகளாகச் சரிவான திறப்புகள் இருக்கும். காற்று நன்கு உள்ளே சென்று வருவதற்கென இந்த ஏற்பாடு. மழைத் துளிகள் உள்ளே செல்லாதவாறும் இவை தடுக்கும். இதனுள்தான் வெப்ப/குளிர் அளவுமானி வைக்கப்படும். இந்தப் பெட்டிக்குள் புகும் காற்றின் வெப்பம்தான் வெப்பமானியில் பதிவாகிறது.

தேவைப்படும்போது ஊழியர்கள் திறந்து பார்த்து வெப்பமானியில் பதிவான வெப்ப அளவைக் குறித்துக்கொள்வதற்கு வசதியாக இப்பெட்டிக்கு ஒரு திறப்பு இருக்கும். இக்கதவு வெயில் விழும் திசையை-கிழக்கு அல்லது மேற்குத் திசையை நோக்கி இருக்கக் கூடாது. தவிர, வெப்பப் பதிவுக் கருவி நிறுவப்பட்ட இடத்துக்கு மிக அருகில் கட்டடங்கள் இருக்கக் கூடாது.

கட்டடங்கள் எவ்வளவு தள்ளி அமைந்திருக்க வேண்டும் என்பதற்கும் கணக்கு உள்ளது. கட்டடங்கள்மீது படும் வெப்பம் பிரதிபலிக்கப்பட்டு வெப்பப் பதிவுக் கருவியைப் பாதிக்கக் கூடாது என்பதற்காக இந்த நிபந்தனை. அத்துடன் வெப்பக் கருவி வைக்கப்பட்டுள்ள பெட்டியைச் சுற்றி நல்ல காற்றோட்டம் இருக்க வேண்டும் என்பதற்காகவும் இந்த நிபந்தனை விதிக்கப்படுகிறது.

வெயில் காரணமாகத் தரை சூடாகிறது என்று குறிப்பிட்டோம். அப்படி யிருக்கும்போது தரை வெப்பத்துக்குப் பதில் காற்றின் வெப்பத்தை அளப்பது ஏன் என்று கேட்கலாம். அக்கினி நட்சத்திரத்தின்போது சென்னை, மதுரை, வேலூர் போன்று பல ஊர்களில் தார்ச் சாலையில் தார்கூட உருகிவிடும். வெறுங்காலில் தார்ச்சாலையில் நிற்க நேர்ந்தால் கால் வெந்துவிடும்.

அதே நேரத்தில் அந்தத் தார்ச் சாலையிலிருந்து சில மீட்டர் தூரத்தில் இருக்கும் பூங்காவில் தரை அந்த அளவுக்குச் சூடாக இருக்காது. அப்பூங்காவில் அடர்ந்த புல் தரை இருக்குமானால் கோடையில் பகல் 2 மணிக்கும் புல் தரையில் வெறும் காலில் நிற்க இயலும்.

மேலே குறிப்பிட்ட அதே தார்ச் சாலையில் இரு மருங்கிலும் மரங்கள் உள்ளதாக வைத்துக்கொள்வோம். மர நிழலில் நின்றால் கால் அவ்வளவாகச் சுடாது. ஆக, தரை வெப்பம் இடத்துக்கு இடம் பெருமளவில் மாறுபடும். ஆகவேதான் காற்றின் வெப்பநிலை அளக்கப்படுகிறது.

காற்றின் வெப்பநிலைகூட இடத்துக்கு இடம் மாறுபடலாம். குறிப்பிட்ட நாளில் சென்னை நுங்கம்பாக்கத்தில் உள்ள வானிலை மையத்தில் 41 டிகிரி வெயில் பதிவாகிறதாக வைத்துக்கொள்வோம். அதே நாளில் அதே நேரத்தில் சென்னை நகரில் போக்குவரத்து மிகுந்த அண்ணா சாலைப் பகுதியில் கான்கிரீட் கட்டுமானங்களுக்கு இடையே உள்ள பகுதியில் வெயிலை, அதாவது, காற்றின் வெப்பநிலையை அளந்தால் வெயில் அளவு 41 டிகிரிக்கும் அதிகமாகவே இருக்கும். அதே நேரத்தில் தென் சென்னையில் அடையாறு ஆற்றுக்குத் தென்புறத்தில் மரங்களின் நிழலுக்குக் கீழே அமைந்த ஒரு பகுதியில் வெயில் அளவு (காற்றின் வெப்பம்) 41 டிகிரிக்கும் குறைவாக இருக்கும்.

பொதுவாக ஏரி, நதி போன்ற நீர் நிலைக்கு அருகில், குறிப்பாக நீர்நிலையின் தென்பகுதியில் வெப்பம் சற்றுக் குறைவாகவே இருக்கும். சென்னையை எடுத்துக் கொண்டால் அண்ணா நகர், அம்பத்தூர் ஆகிய இடங்களுடன் ஒப்பிடுகையில் கடற்கரை ஓரமாக உள்ள திருவல்லிக்கேணி, பெசன்ட் நகர் ஆகிய இடங்களில் வெப்பம் சற்றே குறைவாக இருக்கும்.

தவிர, குளிர்சாதனம் பொருத்தப்படாத அடுக்குமாடிக் குடியிருப்புகளை எடுத்துக்கொண்டால் கீழ்த் தளத்தில் வெப்பநிலை ஒரு மாதிரியாகவும், பத்தாவது மாடியில் வேறு விதமாகவும் இருக்கலாம். சொல்லப்போனால் பத்தாவது மாடியில் குளிர்ந்த காற்று வீசலாம். எனவேதான் தரையிலிருந்து 4 அடி உயரத்தில் வெப்பநிலை எவ்வளவு என்பது அளக்கப்படுகிறது.

வானிலை நிலையத்தின் வெப்பமானியை நான்காவது அல்லது பத்தாவது மாடியில் வைப்பதில்லை. வானிலை நிலையம் தரைமட்டத்தில்தான் அமைந்திருக்கும்.

'சென்னையில் வெயில் 41 டிகிரி' என்று பத்திரிகைத் தலைப்புக் கூறுமானால் சென்னை முழுவதும் அன்றைய தினம் வெயில் ஒரே சீராக 41 டிகிரி சென்டிகிரேட் அளவில் இருந்ததாகக் கருதக் கூடாது. அதாவது, வானிலை நிலையத்தில் பதிவாகிற வெப்பம் ஒரு நகரின் வெப்பநிலையை குத்துமதிப்பாகக் கூறுவதாகவே கொள்ள வேண்டும்.

ஆகவேதான் சென்னை 'நுங்கம்பாக்கத்தில் பதிவானபடி வெப்பநிலை' என்றும் 'மீனம்பாக்கத்தில் பதிவானபடி வெப்பநிலை' என்றும் தனித்தனியே கூறுகிறார்கள். இந்த இரு இடங்களிலும் பதிவான வெப்பநிலையுடன் ஒப்பிட்டால் தியாகராய நகர், திருவல்லிக்கேணி, அடையார் போன்ற இடங்களில் வெப்ப நிலை வேறு விதமாகவும் இருக்கலாம்.

நீங்கள் இருக்கிற பகுதியில் வெயில் அளவு என்ன என்று அறிந்துகொள்ள இப்போதெல்லாம் வசதிகள் ஏற்பட்டுள்ளன. வீட்டுக்குள் சுவரில் மாட்டிவைத்துக் கொள்வதற்கான வெப்பமானிகள் கிடைக்கின்றன. விலை அதிகம் கொண்ட சில டிஜிட்டல் கடிகாரங்கள் மணி காட்டுவதுடன் அவ்வப்போது நிலவும் வெப்ப அளவையும் காட்டுகின்றன. ஆகவே, நேரம் பார்ப்பதுபோல வீட்டுக்குள் இருந்த படி கடிகாரத்தில் அவ்வப்போது வெப்ப அளவையும் பார்த்துக்கொள்ளலாம். ஆனால், அது உங்கள் வீட்டுக்குள் இருக்கிற காற்றின் வெப்பநிலையைக் காட்டு வதாகவே இருக்கும். அநேகமாக அது காட்டும் வெப்பநிலை திறந்தவெளியில் இருக்கிற வெப்பநிலையைக் காட்டிலும் குறைவாகத்தான் இருக்கும்.

வானிலை மையத்தில் தொடர்ந்து 24 மணி நேரமும் வெப்பநிலை பதிவாகிறது என்றாலும், நண்பகலுக்குப் பிறகுதான் அதிகபட்ச வெப்பநிலை பதிவாகிறது. அதுதான் பத்திரிகைகளில் வெளியாகிறது. சில பத்திரிகைகளில் அதிகபட்ச வெப்பநிலை மட்டுமின்றி, குறைந்தபட்ச வெப்பநிலையும் வெளியிடப்படுவது உண்டு.

தமிழகத்தில் கோடையில்தான் (சித்திரை-வைகாசி மாதங்கள்) வெயில் கடுமையாக இருக்கிறது. தமிழகத்தில் செப்டம்பர் மாதத்திலும் வெயில் அதிகம்.

இத்துடன் ஒப்பிட்டால் டிசம்பர், ஜனவரி, மாதங்களில் பகல் நேரத்தில் அதிக பட்ச வெயில் குறைவாகவே இருக்கும். சில சமயங்களில் டிசம்பரில் பகல் நேரத்தில் சற்றுக் குளிராக இருக்கும்.

வருடாந்திர சராசரி வெப்பநிலையைக் கணக்கிட முதலில் ஒரு நாளின் சராசரி வெப்பநிலை கணக்கிடப்படுகிறது. அதாவது, ஒரு நாளில் பதிவாகும் அதிகபட்ச வெப்பநிலை, குறைந்தபட்ச வெப்பநிலை ஆகிய இரண்டையும் கூட்டி, வரும் தொகையை இரண்டால் வகுத்தால் அதுவே அன்றைய தினத்தின் சராசரி வெப்ப நிலையாகும். பிறகு ஒரு மாதத்தின் எல்லா நாட்களிலும் காணப்படும் சராசரியைக் கூட்டி அதை முப்பதால் வகுத்தால் மாத சராசரி வெப்பநிலை கிடைக்கும். 12 மாத சராசரி வெப்பநிலையைக் கூட்டி அதைப் பன்னிரண்டால் வகுத்தால் வருட சராசரி வெப்பநிலை கிடைக்கும்.

பூமியின் மேற்பரப்பில் தரையில் மட்டுமின்றிக் கடல்களிலும் வெப்பம் அல்லது குளிர் நிலை அளவிடப்படுகிறது. எந்த நேரத்திலும் கடல்களில் பல ஆயிரம் கப்பல்கள் உள்ளன. அவற்றில் வெப்ப அளவுமானிகள் உண்டு. அவ்வளவாகக் கப்பல் நடமாட்டம் இல்லாத கடல் பகுதிகளில் நிலையாக மிதக்கும் மிதவைகள் உண்டு. இவற்றில் வெப்பமானிகள் பொருத்தப்பட்டிருக்கும்.

வானிலிருந்தும் வெப்பம் அளவிடப்படுகிறது. உலகின் வானிலைபற்றி அறிவதற்காக வானில் நிறையவே செயற்கைக்கோள்கள் பறக்கின்றன. இவற்றில் இந்தியச் செயற்கைக்கோள்களும் அடங்கும். இவை மேகக் கூட்டங்களைப் படம் எடுத்து அனுப்புவதுடன், ஆங்காங்குள்ள வெப்பநிலையையும் பதிவுசெய்து அனுப்புகின்றன.

ஆனால், இவை நேரடியாக வெப்பத்தை அளப்பது கிடையாது. பூமி பிரதி பலிக்கும் குறிப்பிட்ட வகை அலைகளைப் பதிவுசெய்கின்றன. அவற்றை வைத்து வெப்பம் கணக்கிடப்படுகிறது. குறிப்பிட்ட இடத்தில் மேகத் திரள் இருக்கு மானால் செயற்கைக்கோள்களால் தரை வெப்பநிலையை அளக்க இயலாது என்ற நிலைமை உள்ளது.

இப்படியாகப் பல்வேறு வழிகளில் சேகரிக்கப்படும் தகவல்களை வைத்துதான் மேலே கூறியபடி பூமியின் சராசரி வெப்பநிலை கணக்கிடப்படுகிறது.

* * * * *

# 4 வானிலை வேறு: பருவநிலை வேறு

மே மாதம் இரண்டாவது வாரம், அக்கினி நட்சத்திரம் தொடங்கிவிட்ட சமயம், சென்னையில் ஒருவர் அன்றைய காலைப் பத்திரிகையைப் புரட்டுகிறார். வெளியே வெயிலில் சுற்ற வேண்டிய வேலை இருப்பதால் அன்றைய தினம் வெயில் தொடர்ந்து கடுமையாக இருக்குமா என்று அறிந்துகொள்ள வானிலைப் பகுதியை அவர் நோட்டமிடுகிறார்.

'இன்று மேக மூட்டமாக இருக்கும். ஓரிரு தூறல் விழலாம்' என வானிலைப் பகுதியில் போட்டிருக்கிறார்கள். அது அவருக்குச் சற்று நிம்மதியை அளிக்கிறது.

மே மாதம் நல்ல கோடைக் காலம் என்பது அவருக்குத் தெரியும். அது பருவ நிலை. அன்றைய தினம் வெயில் தணியுமா என்ற விஷயம் வானிலை.

வானிலை என்பது நாளுக்கு நாள் மாறலாம். ஆனால் பருவநிலை ஆண்டில் குறிப்பிட்ட காலம் தொடர்ந்து இருப்பது. மாறாதது. இதையே மேலும் விளக்கிச் சொல்வதானால் எந்த ஆண்டாக இருந்தாலும் ஏப்ரல், மே மாதங்கள் நல்ல கோடைக் காலம். இது ஆண்டாண்டு காலமாக இருந்துவருவது. ஆனால், அதே கோடைக் காலத்தில் ஒரு நாள் வெயில் அதிகமாக இருக்கலாம். மறுநாள் மேக மூட்டமாக இருக்கலாம். ஒருவேளை ஓரிரு தூறல் விழலாம். இது வானிலை.

ஏதோ ஒரு காலத்தில் இவ்விதம் வகைப்படுத்தப்பட்ட பருவங்கள் இன்னமும் அதே மாதிரியே உள்ளன. அவ்விதம் மாறாமல் இருந்துவந்திருக்கும் காரணத்தால் அந்தந்தப் பிராந்தியத்தில் வாழும் மக்களின் வாழ்க்கை முறையும் பருவங்களுக்கு ஏற்ப அமைந்துள்ளது. இது விலங்குகளுக்கும் பொருந்தும். பருவங்களுக்கு ஏற்பப் பயிர்களும் அமைந்தன. பயிர்ச் சாகுபடி முறை, உணவுப் பழக்கம், உடை அணியும் முறை, கொண்டாட்டங்கள், பண்டிகைகள் என, பலவும் பருவங்களைச் சார்ந்தவை.

பருவங்களைச் சார்ந்து பழமொழிகளும் உருவாயின. 'ஆடிப் பட்டம் தேடி விதை', 'ஆடிக் காற்றில் அம்மியும் பறக்கும்', 'ஆடியில் அடி எடுத்து வைக்காதே' எனப் பல உதாரணங்களைக் கூறலாம். 'புரட்டாசியில் பொன் உருகக் காயும், ஐப்பசியில் மண்ணுருகப் பெய்யும்' என்பார்கள். கார்த்திகையுடன் மழை நின்று விடும் என்பதைக் குறிக்க 'கார்த்திகைக்குப் பின் மழையும் இல்லை, கர்ணனுக்குப் பின் கொடையும் இல்லை' என்பார்கள்.

அந்தந்தப் பருவத்துக்கு ஏற்ப சாகுபடி முறை தோன்றியதன் பலனாக விளைச்சலும் அதற்கேற்ப அமைந்தது. தை மாதம் நெல் அறுவடைக் காலமாக

உருவானதன் பலனாகவே பொங்கல் பண்டிகை தோன்றியது. அறுவடை முடிந்து நெல் தாராளமாகக் கிடைக்கும் என்பதாலும், தை மாதத்தில் மழை இருக்காது என்பதாலும் திருமணங்களை நடத்துவதற்கு தை உகந்த மாதமாகக் கருதப்பட்டது.

இது ஒரு புறம் இருக்க, அறுவடை அடிப்படையில் மாம்பழ சீசன், கரும்பு சீசன் முதலியன தோன்றின. சில வகைப் பழங்கள், காய்கறிகள் குறிப்பிட்ட பருவத்தில் அதிகம் கிடைத்தன.

ஒரே நாட்டின் வெவ்வேறு பிராந்தியங்களில் வெவ்வேறான பருவநிலை இருக்க முடியும். தென் அமெரிக்காவில் உள்ள சிலி நாடு தெற்கு வடக்காக நீண்டு அமைந்த நாடாகும். அந்த நாட்டில் பல வகையான பருவநிலைகள் உள்ளன. ஒரு சிறிய நாட்டில்கூட பூகோள அமைப்பைப் பொறுத்து இடத்துக்கு இடம் பருவ நிலை மாறுபடலாம்.

ஒரு நாட்டில் மலைப் பிரதேசத்தில் பருவநிலை ஒரு மாதிரியாகவும், சமவெளிப் பகுதியில் பருவநிலை வேறு விதமாகவும் இருக்கும். எனினும், உலகில் எல்லா இடங்களிலும் மக்களின் வாழ்க்கை அந்தந்த இடங்களில் நிலவும் பருவங்களுக்கு ஏற்பவே அமைந்துள்ளது.

இது ஒரு புறம் இருக்க, குளிர் காலம், மழைக் காலம், கோடைக் காலம் போன்ற பருவங்கள் ஒரு வகையில் சூரியன் காரணமாக ஏற்படுபவையே.

சுமார் 15 கோடி கிலோமீட்டர் தொலைவில் உள்ள சூரியன்தான் பூமிக்கு வெயில் வடிவில் வெப்பத்தை அளிக்கிறது. பூமி மட்டும் கயிற்றில் தொங்கவிடப் பட்ட பெரிய பலகை போன்று தட்டையாக இருக்குமானால் எல்லாப் பகுதிகளுக்கும் ஒரே சீரான அளவில் வெயில் விழும். ஒரே மாதிரியான அளவில் வெப்பம் கிடைக்கும். பருவநிலை பூமி முழுவதும் அநேகமாக ஒரே மாதிரியாக இருக்கும். ஆனால் பூமி உருண்டையாக இருக்கிறது. அத்துடன் அது தனது அச்சில் சுழல்கிறது. அது மட்டுமின்றி, தனது அச்சில் சுமார் 23 டிகிரி அளவுக்குச் சாய்ந்திருக்கிறது. தவிர, பூமியின் மேற்பரப்பில் 70 சதவீதம் கடல்களாக உள்ளது. பூமியின் நிலப் பரப்பில் பெரும் பகுதி பூமியின் நடுக்கோட்டுக்கு வடக்கே அமைந்துள்ளது. இவையெல்லாம் சேர்ந்து பூமியில் வெயிலின் அளவு/குளிரின் அளவு, மழை அளவு, பனிப்பொழிவு ஆகியவை வெவ்வேறு இடங்களில் வெவ்வேறு விதமாக இருக்கும் நிலையை ஏற்படுத்துகின்றன.

அந்த அளவில் பருவநிலை இடத்துக்கு இடம் மாறுபடுகிறது. பூமியின் நடுக் கோட்டுக்கு வடக்கே (வட கோளார்த்தத்தில்) உள்ள இந்தியா, அமெரிக்கா, கனடா, ஐரோப்பா போன்ற நாடுகளில் கோடைக் காலமாக இருக்கும்போது நடுக்கோட்டுக்குத் தெற்கே (தென் கோளார்த்தத்தில்) உள்ள தென் அமெரிக்கா, ஆஸ்திரேலியா, தென்னாப்பிரிக்கா போன்ற நாடுகளில் குளிர் காலமாக இருக்கும். வட கோளார்த்த நாடுகளில் குளிர் காலமாக இருக்கும்போது தென் கோளார்த்த நாடுகளில் கோடைக் காலமாக இருக்கும். பூமி தனது அச்சில் சாய்ந்திருப்பதே இதற்குக் காரணம்.

இதைப் புரிந்துகொள்ள நாம் முதலில் ஒன்றைக் கவனிக்க வேண்டும். ஒளிக் கதிர்கள் எப்போதும் நேர்கோட்டில்தான் செல்லும். இன்னொன்று, சூரியனின் ஒளிக் கதிர்கள் செங்குத்தாக விழும்போதுதான் வெயில் நன்கு உறைக்கும். சூரியனின் கதிர்கள் சாய்வாக விழும்போது அவ்வளவாக உறைக்காது. ஓர் எளிய உதாரணத்தைக் கூறுவதானால் வெப்ப மண்டலப் பிரதேசத்தில் ஒரு சதுர மீட்டர் பரப்பில் விழும் அதே அளவு சூரியக் கதிர்கள் துருவப் பகுதியில் இரண்டு சதுர மீட்டர் பரப்பில் விழும் என்றால் வெயில் உறைக்காதுதானே.

பூமியின் நடுக்கோட்டுக்கு வடக்கே 23 டிகிரியில் கடகரேகை அமைந்துள்ளது. இதற்கு வடக்கே அமைந்துள்ள நாடுகளில் சூரியன் ஒருபோதும் தலைக்கு நேர் மேலே வருவது கிடையாது. ஆகையால்தான் ஐரோப்பாவில் உள்ள நாடுகளில் கோடைக் காலம் தமிழகத்தில் இருப்பதுபோலக் கடுமையாக இருப்பதில்லை.

ஐரோப்பாவின் வட கோடியில் ஸ்வீடன் நாட்டின் தலைநகரான ஸடாக் ஹோம் நகரில் ‘நல்ல கோடைக் காலம்’ என்று சொல்லப்படும் காலத்தில் (ஜூலை மாதம்) அதிகபட்ச வெயில் 18 டிகிரி செல்சியஸ் அளவுக்கு இருக்கும். அந்த நகரில் இருப்பவர்கள் ‘இன்று கடும் வெயில்’ என்று கூறுவார்கள். சென்னையில் ஒரு சமயம் (2012 ஆம் ஆண்டு ஜனவரி 12 ஆம் தேதி இரவு) குளிர் காலத்தில் குளிர் 17.7 டிகிரி செல்சியஸ் ஆக இருந்தபோது அது ‘நடுக்கும் கடும் குளிர்’ என வர்ணிக்கப்பட்டது.

இதேபோல, தென் கோளார்தத்தில் ஆஸ்திரேலியாவின் தென் பகுதி மற்றும் நியூசிலாந்தில் நல்ல கோடைக் காலத்திலும் அதிகபட்ச வெயில் என்பது 18 டிகிரி செல்சியஸ் அளவில்தான் இருக்கும். அதற்கும் தெற்கே தென் துருவப் பகுதியில் உள்ள அண்டார்டிகா கண்டத்தில் கிட்டத்தட்ட அக்டோபரில் தொடங்கி ஆறு மாத காலம் தொடர்ந்து பகலாக இருக்கும். ஆனாலும் அங்கு வெயில் உறைக்காது.

அண்டார்டிகாவில் பகலாக உள்ள காலம் ‘கோடை’ என்று வர்ணிக்கப்படுகிறது. அப்போதும் சரி, பொதுவாக, குளிர் 2 டிகிரி செல்சியஸ் அளவுக்கு இருக்கும். சூரியனின் கதிர்கள் மிகவும் சாய்வாக விழுவதே இதற்குப் பிரதான காரணம். சொல்லப்போனால் அண்டார்டிகாவில் சூரியன் 6 மாத காலமும் அடிவானில் தான் இருக்கும். தவிர அண்டார்டிகா கண்டம் முழுவதும் பனிக்கட்டியால் மூடப்பட்டதாகும். வெண்மையான பனிக்கட்டியானது வெப்பத்தை ஈர்க்காது. அண்டார்டிகாவில் ‘கோடையிலும்’ கடும் குளிர் வீசுவதற்கு இதுவும் ஒரு காரணம்.

அமெரிக்காவிலும் ஐரோப்பிய நாடுகளிலும் சூரியன் ஒருபோதும் தலைக்கு மேலே நேர் உச்சிக்கு வராது என்று கூறினோம். தவிர, அந்த நாடுகளில் குளிர் காலத்தில் குளிர் கடுமையாக இருக்கும். வானிலிருந்து மாவு கொட்டுவதுபோலத் துகள் பனி விழும். குளிர் காலம் முடிந்து வெயில் தலைகாட்டத் தொடங்கும் காலத்தை அந்த நாடுகளில் உள்ளவர்கள் வசந்த காலம் என்று வர்ணிப்பர்.

இந்தியாவின் வட பகுதியிலும் குளிர் காலம் முடிந்ததும் வசந்த காலத்தின் வருகையை ஹோலி பண்டிகையாகக் கொண்டாடுகின்றனர். தமிழகத்தில் இப்படி ஒரு பண்டிகை கிடையாது. தமிழகத்தில் மலைப் பாங்காக உள்ள கோவை, சேலம், வட ஆற்காடு மாவட்டங்களில் சில பகுதிகளில் வேண்டுமானால் குளிர் காலத்தில்

ஓரளவு குளிர் இருக்கலாம். பொதுவாக, தமிழகத்தில் குளிர் காலத்தில் குளிர் கடுமையாக இருப்பதில்லை. அதற்கு இரண்டு காரணங்கள் உண்டு. முதலாவதாக, தமிழகம் பூமியின் நடுக்கோட்டுக்கு அருகே உள்ளது. இரண்டாவதாக, தமிழகம் பெரும்பாலும் சமவெளிப் பிரதேசமாக உள்ளது.

சொல்லப்போனால், தமிழகத்தில் இரண்டு கோடைக் காலம் உண்டு. சித்திரையில் முதலாவது கோடை. புரட்டாசியில் இரண்டாவது கோடை. 'புரட்டாசியில் பிரண்டைகூடக் காய்ந்துவிடும்' என்பார்கள். அந்த அளவுக்கு வெயில் இருக்கும். அதைத் தொடர்ந்து மழைக் காலம் உண்டு. குளிர் காலம் உண்டு. இந்தக் குளிர் காலமும் சரி, மிதமான குளிர் வீசுகிற காலமாகவே இருக்கும். இதர மாதங்களில் தமிழகத்தில் பெருமளவில் மாறுபாடு கிடையாது.

மறுபடியும் பருவங்களுக்கு வருவோம். ஒரு குறிப்பிட்ட பிராந்தியத்தில் நிலவும் பருவத்துக்கும் அங்கு விளையும் பயிர்களுக்கும் நுட்பமான தொடர்பு உண்டு. ஒரு பயிரை எடுத்துக்கொண்டால் ஒரு சமயத்தில் அதற்கு நிறைய தண்ணீர் தேவைப்படும். பின்னர் ஒரு கட்டத்தில் நல்ல வெயில் தேவைப்படும். பிறகு குளிர்ந்த நிலைமை தேவைப்படும். பின்னர் ஒரு கட்டத்தில் வறண்ட காற்று தேவைப்படும். பருவநிலை காரணமாக இவை இயற்கையாகக் கிடைத்துவரும்.

ஆனால் இந்த வரிசையான நிலைமைகளில் சற்று மாறுபாடு ஏற்பட்டாலும் விளைச்சல் அளவு அல்லது அறுவடையாகிற பயிரின் தரம் பாதிக்கப்படும். உலகெங்கிலும் இதே நிலைமைதான். பருவநிலைகளில் அவ்வப்போது சிறுசிறு மாறுபாடுகள் ஏற்பட்டுக்கொண்டுதான் இருக்கின்றன. ஆனால் அடிப்படையில் பருவநிலைகள் மாறுபடுவதில்லை.

இதை மனதில்கொண்டு பார்க்கும்போது பூமியின் சராசரி வெப்பநிலை விபரீதமாக அதிகரிக்க நேர்ந்து, உலக அளவில் பருவநிலை மோசமான வகையில் மாறினால் விவசாயம் எந்த அளவுக்குக் கடுமையாகப் பாதிக்கப்படும் என்பதை உணர்ந்துகொள்ளலாம்.

உலகில் பருவநிலை எப்போதாவது எதிர்பாராத விதமாக குறைந்தபட்சம் தற்காலிக அளவில் மாறினால் என்ன ஆகும்? ஒரு சமயம் அப்படி மாறியபோது விபரீத நிலைமைகள் ஏற்பட்டன.

* * * * *

## 5 கோடையில் வாட்டிய குளிர்

அமெரிக்காவின் வடகிழக்குப் பகுதியில் ஜூன் மாதம் என்பது வெயில் காலம். பொதுவாக அப்போது வெயில் 27 டிகிரி செல்சியஸ் அளவுக்கு இருக்கும். அங்கு வசிப்போர் அதை நல்ல வெயில் என்பார்கள். ஆனால் 1816ஆம் ஆண்டு ஜூன் மாதம் யாரும் எதிர்பாராத வகையில் வெயிலுக்குப் பதில் துகள் பனி பொழியத் தொடங்கியது. குளிர் காலம் போலக் கடும் குளிர் வீசியது.

இதன் விளைவாக அறுவடைக்குத் தயாராக இருந்த பயிர்கள் வெண் பனியால் மூடப்பட்டன. பயிர்கள் பொய்த்ததால் உணவுப் பஞ்சம் தோன்றியது. வைக்கோலுக்கும் பஞ்சம் வந்ததால் கால்நடைகள் மரித்தன.

திடீரென குளிர் காலம் தோன்றியதற்கு என்ன காரணம் என ஆரம்பத்தில் யாருக்கும் தெரியவில்லை. வழக்கம்போல அமெரிக்காவின் மதத் தலைவர்கள் தான் கருத்து கூற முற்பட்டனர். ‘பாவிகள் அதிகரித்துவிட்டதால் கடவுள் தண்டிக்கிறார்’ என்றார்கள்.

இன்னொரு பக்கம் பிரபல ஆராய்ச்சியாளரும், ராஜதந்திரியும் உலகப் புகழ் பெற்ற நிபுணருமான பெஞ்சமின் ஃபிராங்க்ளினின் கண்டுபிடிப்புமீது சிலர் பாய்ந்தனர். மின்னல் என்பது மின்சாரமே என்று ஃபிராங்க்ளின் தனது ஆராய்ச்சி மூலம் அப்போது நிரூபித்திருந்தார். இதைத் தொடர்ந்து மிக உயரமான கட்டடங்களின் உச்சியில் இடிதாங்கி எனப்படும் மின்னல் ஈர்ப்புக் கம்பிகள் பொருத்தப்பட்டன.

மின்னல்கள் மூலம் காற்று மண்டலத்துக்கு வெப்பம் கிடைப்பதாகவும், அந்த வெப்பம் கிடைக்காதபடி இடிதாங்கிகள் தடுத்துவிடுவதாகவும், ஆகவேதான் காற்று மண்டலம் குளிர்ந்து, கடும் குளிர் காலம் தோன்றிவிட்டதாகவும் சிலர் மூடத்தனமாக வாதித்தனர்.

உண்மையில் நல்ல கோடைக் காலத்தில் கடும் குளிர் வீசியதற்குக் காரணம், பல ஆயிரம் கிலோமீட்டருக்கு அப்பால் இருந்த எரிமலையே. இந்தோனேசியாவில் உள்ள அந்த எரிமலையின் பெயர் டம்போரா. அந்த எரிமலை 1815ஆம் ஆண்டு ஏப்ரல் 10ஆம் தேதி பயங்கரமாக வெடித்தது. மனிதன் அறிந்தவரையில் அதுவே மிகப் பெரிய எரிமலை வெடிப்பாகும்.

இந்தோனேசியத் தீவுகளில் எண்ணற்ற எரிமலைகள் உள்ளன. இவற்றில் ஒன்றான டம்போரா இந்தோனேசிய தீவுக் கூட்டத்தில் சும்பாவா தீவில் அமைந்துள்ளது. வெடித்ததற்கு முன்னர் இந்த எரிமலையின் உயரம் சுமார் 4300

மீட்டராக இருந்தது. வெடிப்புக்குப் பிறகு உயரம் சுமார் 2800 மீட்டராகக் குறைந்தது.

டம்போரா எரிமலை வாயிலிருந்து கிளம்பிய பிரம்மாண்டமான சாம்பல் மேகம் வானில் 43 கிலோமீட்டர் உயரம்வரை சென்றது. பின்னர் அந்தப் புகை மண்டலம் நகர ஆரம்பித்து பூமியைச் சூழ்ந்துகொண்டது. இதனால் சூரியனிடமிருந்து கிடைக்கும் வெப்பம் பூமியில் பல பகுதிகளில் கணிசமான அளவில் குறைந்தது. இதன் விளைவாகத்தான் அமெரிக்காவிலும் ஐரோப்பா விலும் கோடைக் காலம் குளிர் காலமாக மாறியது.

டம்போரா வெடிப்புக்குப் பிறகு 1883ஆம் ஆண்டில் அதே இந்தோனேசியாவில் கிரகடோவா எரிமலை வெடித்தது. ஆனால் அப்போது எரிமலை வெடிப்பின் விளைவுகள் இந்த அளவுக்கு மோசமாக இருக்கவில்லை.

ஆனால் டம்போரா எரிமலை வெடிப்பினால் உலகில் பல இடங்களில் பருவநிலையில் திடீர் மாற்றம் ஏற்பட்டது. இது கிழக்கே சீனாவில் தொடங்கி மேற்கே அமெரிக்கா, கனடாவரை உலகின் பல பகுதிகளையும் பாதித்தது. இந்தியாவும் இதில் அடக்கம். அமெரிக்காவில் ஏற்பட்ட பாதிப்புகள் விரிவாகப் பதிவுசெய்யப்பட்டன. எனவே அமெரிக்காவில் ஏற்பட்ட நிலைமைகள் பற்றி நன்கு அறிந்துகொள்ள முடிகிறது. இந்தியா உட்பட பிற நாடுகளில் அந்த அளவுக்கு விரிவாகப் பதிவுசெய்யப்படவில்லை. அதுதான் வித்தியாசம்.

பருவநிலை மாற்றத்தால் மங்கோலியாவிலிருந்து கடும் குளிர் காற்று வீசியதால் சீனாவில் நெற்பயிர்கள் பாதிக்கப்பட்டன. விளைச்சல் பொய்த்ததால் பஞ்சம் தலை தூக்கியது. விவசாயிகள் பலரும் தங்களது குழந்தைகளை விற்றனர். அக்காலகட்டத்தைச் சேர்ந்த கவிஞர் ஒருவர் சீனாவில் ஏற்பட்ட பாதிப்புகளை நீண்ட கவிதையாக எழுதி வைத்தார்.

சீனாவின் தென்மேற்குப் பகுதியில் உள்ள யூனான் மாகாணம் கடுமையாகப் பாதிக்கப்பட்டது. அப்பகுதியைச் சேர்ந்த பழங்குடி மக்கள் தெற்கு நோக்கி இடம்பெயர்ந்து நெல் சாகுபடிக்குப் பதில் அபினி பயிரிட ஆரம்பித்தனர். இருநூறு ஆண்டுகளுக்குப் பிறகு இன்றும் சீனாவின் தென்பகுதியில் மியான்மர் (பர்மா), தாய்லாந்து, லாவோஸ் ஆகிய நாடுகளின் எல்லைகள் சந்திக்கும் இடம் 'தங்க முக்கோணம்' என்று அழைக்கப்பட்டு, சட்டவிரோதமாக அபினி உற்பத்தியாகும் பிராந்தியமாக விளங்குகிறது.

சீனாவில் பருவநிலை சீர்பட்டு மறுபடியும் வழக்கம்போலப் பயிர் விளைச்சலைக் காண மூன்று ஆண்டுகள் ஆயிற்று.

இந்தியாவைப் பொறுத்தவரை டம்போரா சாம்பல் மேகங்கள் 1815 ஏப்ரல் மூன்றாவது வாரம் வாக்கிலேயே இந்திய வானுக்கு வந்துசேர்ந்துவிட்டன. சென்னை நகரில் சாம்பல் மேகம் வானை மறைத்ததால் நகரில் வெப்பம் திடீரென்று குறைந்தது. அந்த ஆண்டு ஏப்ரல் 24 ஆம் தேதி சென்னை நகர வெப்பம் கடுமையான அளவுக்குக் குறைந்ததாக ஒரு தகவல் கூறுகிறது. அதாவது, கடும் குளிர் வீசியது. டம்போராவிலிருந்து கடலில் வந்து விழுந்த வாயு அடங்கிய நெருப்புக் குழம்பின் விளைவாக நீரில் மிதக்கக்கூடிய நுரைக் கற்கள் தோன்றி, ஏராளமான நுரைக் கற்கள் சென்னைக் கடற்கரையில் ஒதுங்கின. சாம்பல் மேகங்கள் பின்னர் அரபிக் கடலை எட்டின. அங்கு சாம்பல் பொழிவு மிக அதிகமாகவே இருந்தது.

வழக்கமாக மேற்குத் தொடர்ச்சி மலையில் ஜூன் வாக்கில் தென்மேற்குப் பருவமழை தொடங்கும். ஆனால் 1816ஆம் ஆண்டில் தென்மேற்குப் பருவமழை பொய்த்தது. குளிரும் வெயிலும் மாறிமாறி அடித்தன. ஆனால் மழை இல்லை.

1816 செப்டம்பரில் தமிழகத்தில் கடும் வறட்சி நிலவியது. அதைத் தொடர்ந்து பேய் மழை பெய்தது. பொதுவாக ஜனவரியில் குளிர் வீசும். ஆனால் 1817ஆம் ஆண்டு ஜனவரியில் கடும் மழை பெய்தது. இந்தியாவில் பருவநிலை சீராவதற்கு மூன்று ஆண்டுகள் ஆயிற்று.

அப்போது நிலவிய சூழ்நிலைகள் காரணமாக இந்தியாவில் வங்க மாகாணத்தில் காலரா நோய் தலைதூக்கியது. பிரிட்டிஷாரின் ஆட்சி நடந்துகொண்டிருந்த அக்காலகட்டத்தில் அப்போதைய வங்க மாகாணம் என்பது இப்போதைய பங்களாதேஷ் நாட்டையும் உள்ளடக்கியதாக இருந்தது. ஏராளமான மக்கள் காலராவுக்குப் பலியாகினர். அங்கு தொடங்கிய காலரா நோய் மெல்லப் பிற நாடுகளுக்கும் பரவியது. ரஷியாவையும் ஐரோப்பிய நாடுகளையும் காலரா பிடித்தாட்டியது.

டம்போரா வெடிப்பின் விளைவாக ஐரோப்பாவில் சுவிட்சர்லாந்தில் 130 நாட்கள் தொடர்ந்து மழை கொட்டித்தீர்த்தது.

ஐரோப்பாவின் மேற்குப் பகுதியிலும் கோடைக்குப் பதில் கடும் குளிர் வீசியது. பயிர்கள் பாதிக்கப்பட்டன. மக்கள் உணவின்றித் தவித்தனர். தானியக் கிடங்குகள் கொள்ளையடிக்கப்பட்டன. கலவரங்கள் மூண்டன. பொருளாதாரம் முடங்கியது. சுருங்கச்சொன்னால் பருவங்கள் திடீரென மாறின. கோடைக் காலம் குளிர் காலமாக மாறியது.

வட அமெரிக்கக் கண்டத்திலும், ஐரோப்பிய நாடுகளிலும் குளிர் வீசியது என்றால் அவற்றுக்கு வடக்கே ஆர்ட்டிக் கடல் பிராந்தியத்தில் கடும் குளிர் வீசியிருக்க வேண்டும். அங்கு வழக்கத்தைவிட மேலும் அதிக அளவில் பனிப்பாறைகள் இருந்திருக்க வேண்டும். ஆனால் அப்படி நிகழவில்லை. வியக்கத்தக்க வகையில் அங்கு பனிப்பாறைகள் உருக ஆரம்பித்தன. இது ஒரு புதிராகத் தோன்றலாம்.

ஆர்ட்டிக் பிராந்தியத்தில் பல இடங்களில் பனிப்பாறைகள் உருகியதால் அங்கு கடல் வழியே கப்பல்களும் செல்ல இயலும் என்ற நிலைமை தோன்றியது. உடனே இங்கிலாந்து, நார்வே போன்ற நாடுகள் கனடாவுக்கு வடக்கே உள்ள கடல் பகுதிக்குத் தங்களது ஆராய்ச்சிக் கப்பல்களை அனுப்பின.

கனடாவுக்கு வடக்கே உள்ள கடல் வழியே கப்பல்கள் செல்ல முடியும் என்ற நிலை ஏற்படுமானால் அதில் ஐரோப்பிய நாடுகளுக்கும், ஓரளவில் அமெரிக்கா வுக்கும் பெருத்த ஆதாயம் உண்டு. உள்ளபடி ஐரோப்பிய நாடுகளிலிருந்தும், அமெரிக்காவின் கிழக்குப் பகுதியிலிருந்தும் ஜப்பானுக்கும் சீனாவுக்கும் கப்பல்கள் செல்வதற்குக் குறுக்கு வழி கிடையாது. ஐரோப்பிய நாடுகளின் கப்பல்கள் பனாமா கால்வாய் வழியாக அல்லது சூயஸ் (1869) கால்வாய் வழியாக நீண்ட தூரம் பயணம் செய்தாக வேண்டும். இன்றும் அதுதான் நிலைமை.

கனடாவின் வடக்குப் பகுதி வழியே செல்ல முடியும் என்றால் அது குறுக்கு வழியாகும். அமெரிக்காவின் கிழக்குக் கரையிலிருந்து செல்லும் கப்பல்களுக்கும்

அது குறுக்கு வழியாக அமையும். இந்த நோக்கில்தான் அந்த நாடுகள் 1815ஆம் ஆண்டில் கனடாவின் வடக்கே பனிப்பாறைகள் உருக ஆரம்பித்ததை மிக ஆர்வத்துடன் கவனித்தன.

எப்போதும் இல்லாமல் கனடாவுக்கு வடக்கே பனிப்பாறைகள் திடீரென உருக ஆரம்பித்தது ஏன்? டம்போரா எரிமலையின் சாம்பல் அந்தப் பனிப் பாறைகள்மீது படிந்ததே காரணம். பொதுவாக, பனிப்பாறைகள் வெண்மை நிறத்துடன் காட்சி அளிக்கும். அவற்றின் வெண்மை கண் கூசும் அளவுக்கு இருக்கும். வெண்மை நிறமானது வெப்பத்தை ஈர்க்காது. அத்துடன் அந்த வெப்பத்தைத் திருப்பி அனுப்பிவிடும். அந்த அளவில் பனிப்பாறைகள் சூரியனி லிருந்து வரும் வெப்பத்தைத் திருப்பி அனுப்பிக்கொண்டிருந்தன. ஆனால், டம்போராவின் சாம்பல் அவற்றின் மீது படிந்தபோது அவை வெப்பத்தை ஓரளவு ஈர்க்க ஆரம்பித்தன. ஆகவே பனிப்பாறைகள் உருகத் தொடங்கின. இதை நம்பித்தான் அமெரிக்காவும் ஐரோப்பிய நாடுகளும் கடல்வழி பிறந்து விட்டது என கனவு காண முற்பட்டன.

ஆனால் பனிப்பாறைகள் மீது படிந்திருந்த சாம்பல் அப்பனிப்பாறைகளின் மேற்புறம் உருக முற்பட்ட போதே அகன்றது. பின்னர் அந்தப் பனிப்பாறைகள் மறுபடி இறுக ஆரம்பித்து சூரிய வெப்பத்தைத் திருப்பி அனுப்பின. கிட்டத் தட்ட மூன்று ஆண்டுகளில் பழைய நிலை திரும்பியது. கடல் மார்க்கமாக குறுக்கு வழி ஏற்படப்போகிறது என்று கனவு கண்ட நாடுகள் ஏமாந்துபோயின. இதை இங்கு விரிவாகப் பேசக் காரணம் உண்டு.

சுமார் இருநூறு ஆண்டுகளுக்குப் பிறகு இப்போது ஆர்ட்டிக் கடல் பிராந்தியத்தில் அதாவது கனடாவுக்கு வடக்கே உள்ள பனிப்பாறைகள் உருக ஆரம்பித்துள்ளன. பூமியின் சராசரி வெப்பம் அதிகரித்து வருவதே இதற்குக் காரணம். எனவே, கடல் மார்க்கமாக குறுக்கு வழி கிடைக்க மேலே குறிப்பிட்ட நாடுகள் கண்டுவந்த கனவு நிறைவேற வழி ஏற்பட்டுள்ளது. அது மட்டுமல்ல. பன்னாட்டு நிறுவனங்களும் வல்லரசுகளும் கொள்ளை லாபம் சம்பாதிக்க வழி பிறந்துள்ளது.

ஓர் எரிமலை வெடித்தால் இப்படியெல்லாம் விபரீதம் ஏற்படுமா என்று நீங்கள் வியக்கலாம். டம்போரா அதற்கு முன்னர் சுமார் 5 ஆயிரம் ஆண்டுகளுக்கு முன்னர் வெடித்ததாகக் கருதப்படுகிறது.

அதன் பிறகு டம்போரா நீண்ட காலம் செயலற்று இருந்ததால் அந்த எரிமலையின் வாய் அடைபட்டுப்போயிற்று. ஓர் எரிமலை செயலற்று இருந்தாலும் அதன் உட்புறத்தில் நல்ல ஆழத்தில் நெருப்புக் குழம்பும் வாயுக்களும் தொடர்ந்து சேர்ந்துகொண்டிருக்கும். வாயுக்கள் அளவுக்கு மீறிச் சேரும் போது மேல் நோக்கி அழுத்தும். ஒரு கட்டத்தில் வாயுக்கள் பயங்கர வேகத்தில் வெளியே வர முயலும் போது எரிமலையின் வாய் வெடிக்கும். டம்போரா எரிமலை இவ்விதமாகத்தான் வெடித்தது.

எரிமலை வெடித்தபோது ஏற்பட்ட சத்தம் 2 ஆயிரம் கிலோமீட்டர் தொலை வில் உள்ள இடங்களிலும் கேட்டது. தொலைவில் கடலில் இருந்த கப்பல்களின் மாலுமிகள் இதை ஏதோ பீரங்கிச் சத்தம் என்று கருதினர். அருகே ஒரு தீவில்

இருந்த படைகள் தங்களது எல்லைக் காவல் நிலையம் பீரங்கித் தாக்குதலுக்கு உள்ளாகியிருப்பதாகக் கருதி சத்தம் கேட்ட திசையை நோக்கி விரைந்தன.

அடிவானில் பெரும் புகை மண்டலம் கிளம்புவதைக் கண்ட பின்னர்தான் இது எரிமலை வெடித்ததால் ஏற்பட்ட சத்தம் என்பதை அவர்கள் உணர்ந்தனர்.

டம்போரா வெடித்ததால் அந்த வட்டாரத்தில் 10 ஆயிரம் பேர் மடிந்தனர். பட்டினி, வயிற்றுப்போக்கு போன்ற காரணங்களால் மேலும் 70 ஆயிரம் பேர் உயிரிழந்தனர். எரிமலை வெடிப்பால் தோன்றிய சுனாமியால் 4600 பேர் உயிரிழந்தனர். இவை எல்லாம் அந்த வட்டாரத்தில் ஏற்பட்ட விளைவுகள்.

டம்போரா வெடித்ததன் விளைவாக 160 கன கிலோமீட்டர் அளவுக்குப் புகையும் சாம்பலும் வானில் மிக உயரத்துக்குச் சென்றன. பிறகு நுண்ணிய சாம்பல் பூமியைச் சூழ்ந்துகொண்டது. காற்று மண்டல நிலைமைகள் காரணமாக இந்தச் சாம்பல் வட அமெரிக்கா, ஐரோப்பா ஆகியவற்றின் மேல்வானைக் கவ்வியது.

மூடுபனி போன்று விளங்கிய இந்த நுண் சாம்பல் வானில் சிவந்த நிறத்தில் காணப்பட்டது. இது சூரியனை மறைத்தது. எனவே சூரியன் மிக மங்கிய நிறத்தில் காட்சியளித்தது. சூரியனை வெறும் கண்ணால் பார்க்க முடிந்தது. கண் கூச வில்லை. சூரியனின் முகத்தில் உள்ள கரும் புள்ளிகள் தெரியும் அளவுக்குச் சூரியன் ஒளி குறைந்து காணப்பட்டது. சூரியனிடமிருந்து பூமிக்கு வழக்கமான அளவுக்கு வெப்பம் கிடைக்காதபடி தடுத்த எரிமலைச் சாம்பல் பிறகு மெல்லக் கீழ் நோக்கி இறங்க ஆரம்பித்தது. எஞ்சிய சாம்பல் மழையுடன் கலந்து அகன்றது. இதற்கு மூன்று ஆண்டுகள் ஆகின. பின்னர் பருவ நிலைமைகள் பழைய நிலைக்குத் திரும்பின.

இதில் வேடிக்கை என்னவென்றால் டம்போரா சாம்பல் மேகங்களின் விளைவாக அந்த மூன்று ஆண்டுகளில் பூமியின் சராசரி வெப்பம் வெறும் ஒரு டிகிரி அளவுக்குத்தான் குறைந்தது. இந்த ஒரு டிகிரி வித்தியாசத்திலேயே இவ்வளவு விபரீதங்கள் நடந்தேறின.

பருவநிலை மாறினால் என்ன ஆகும் என்பதை உணர்த்தவே டம்போரா எரிமலை வெடித்ததால் ஏற்பட்ட விளைவுகள் இவ்வளவு விரிவாக எடுத்துக் கூறப்பட்டன. வருகிற ஆண்டுகளில் பருவநிலை மாறினால் ஆபத்து ஏற்படும் என்று இன்று விஞ்ஞானிகள் அலறுவது வெறும் கற்பனை அல்ல என்பதை டம்போரா எரிமலை வெடிப்புக் காட்டுகிறது.

டம்போராவில் நடந்தது இயற்கை நிகழ்வு. அதனால் ஏற்பட்ட பாதிப்புகள் தற்காலிகமாகவே இருந்தன. ஆனால் கரியமிலவாயு சேர்மானத்தால் ஏற்படும் விளைவுகள் மனிதச் செயலால் ஏற்பட்டவை. இவை ஏதோ மூன்று அல்லது நான்கு ஆண்டுகளில் சீர்படக்கூடியவை அல்ல. இவை நிரந்தரமானவை. ஆகவே அதனால் ஏற்படும் விளைவுகள் நிரந்தரமாகப் பாதிக்கும்.

* * * * *

## 6 ஸ்வீடன் விஞ்ஞானிக்கு ஏற்பட்ட கவலை

ஸ்வாண்டே ஆர்ஹீனியஸ் (1859-1927) ஸ்வீடனைச் சேர்ந்த பிரபல விஞ்ஞானி. யாருக்குமே தாய்நாட்டின் எதிர்காலம் பற்றி அக்கறை இருக்கும். வழக்கமான அக்கறையைவிட அவருக்கு அதிக அக்கறை இருந்தது. அத்துடன் கவலையும் இருந்தது.

எதிர்காலத்தில் பல ஆயிரம் ஆண்டுகளுக்குப் பிறகு ஸ்வீடன் நாடு முற்றிலும் பனிக்கட்டிகளால் மூடப்பட்டு அப்படி ஒரு நாடே இல்லாமல் போய்விடுமோ என்று ஆர்ஹீனியஸ் கவலைப்பட்டார். அப்படி ஏற்படுமா?

கடும் குளிர் காலத்தில் ஐரோப்பிய நாடுகளிலும் அமெரிக்காவின் வட பகுதியிலும் வானிலிருந்து கடும் பனித் துகள் பொழிவு ஏற்பட்டு கார்கள், மரங்கள் ஆகியவற்றின் மீது பனி விழுந்து மொத்தையாகப் படிந்து நிற்கும் படங்களை நீங்கள் தொலைக்காட்சியில் பார்த்திருக்கலாம். குளிர் காலம் முடியும்போது 'சூரியனைக் கண்ட பனி' போல் இவை எல்லாம் அகன்றுவிடும். அதாவது உருகிவிடும்.

இந்த நாடுகளுக்கு மேலும் வடக்கே துருவப் பகுதியில் எங்கு பார்த்தாலும் எல்லாக் காலத்திலும் ஒரே பனிக்கட்டியாக இருக்கும். கனடாவின் வட பகுதி, கிரீன்லாந்து, ஐஸ்லாந்து ஆகியவற்றின் பல பகுதிகள் நிரந்தரமாகப் பனிக்கட்டியால் மூடப்பட்டவை.

பூமியின் கடந்த கால வரலாற்றில் ஒரு கட்டத்தில் வட துருவத்தின் இந்தப் பனிக்கட்டிகள் தெற்கே நோக்கி வளர்ந்து பெரும் பிராந்தியங்களை மூடின. பல நாடுகள் பனிக்கட்டியால் இவ்விதம் மூடப்பட்டன. அதைப் பனியுகம் (Ice Age) என்பார்கள். பனியுகம் தலையெடுத்தால் அந்த நிலைமை பல ஆயிரம் ஆண்டுகள் நீடிக்கலாம்.

சுமார் 12 ஆயிரம் ஆண்டுகளுக்கு முன்னர் ஸ்வீடன் என்ற நாடே இருக்க வில்லை. அது முற்றிலும் பனிக்கட்டியால் மூடப்பட்டிருந்தது. ஸ்வீடன் நாடு இருந்த இடத்தில் தரையிலிருந்து ஒரு கிலோமீட்டர் உயரம்வரை பிரம்மாண்டமான பனிக்கட்டிப் பாளங்கள் இருந்தன. அவற்றுக்கு அடியில்தான் ஸ்வீடன் இருந்தது. மக்கள் இருந்தால்தானே நாடும் நகரமும். ஆகவே, பனிக்கட்டிக்கு அடியில் ஸ்வீடன் இருந்தது என்பதைவிட இன்றைய ஸ்வீடனின் நிலப்பரப்பு இருந்தது என்று சொல்வதே பொருத்தமானது.

ஸ்வீடன் மட்டுமல்ல, நார்வே, இங்கிலாந்து, கனடா, லாட்வியா, லிதுவேனியா, டென்மார்க், ஜெர்மனி முதலான நாடுகளே கிடையாது. அவை அனைத்தும் இதே போல கனத்த பனிக்கட்டிப் பாளங்களால் மூடப்பட்டுக் கிடந்தன. ரஷ்யாவின் வட பகுதியும் பனிக்கட்டியால் மூடப்பட்டிருந்தது. வட அமெரிக்கக் கண்டத்தில் பாதிப் பகுதி பனிக்கட்டிக்கு அடியில் இருந்தது. பின்னர் ஒரு கட்டத்தில் பனியுகம் விலகி இந்தப் பனிக்கட்டிப் பாளங்கள் உருகி மறைந்துபோயின. இப்போதுள்ளபடி மக்களும் நாடுகளும் தோன்றின.

பனிக்கட்டிப் பாளங்களால் மூடப்பட்டிருந்த பகுதிகளில் பின்னர் புவியியல் நிபுணர்கள் ஆராய்ச்சி நடத்தியபோது பிரம்மாண்டமான பனிக்கட்டிப் பாளங்கள் இருந்ததற்கான ஆதாரங்கள் கிடைத்தன. மலைபோல இருந்த பனிக்கட்டிப் பாளங்கள் தரையில் நகர்ந்து சென்றபோது அவை பெரும் பாறைகளையும் நகர்த்திச் சென்றன. நகர்த்திச் செல்லப்பட்ட பாறைகள் பாறைப் பகுதி வழியே இழுத்துச் செல்லப்பட்ட போது கீறல்கள் வடிவில் ஏற்பட்ட தடயங்களும் கண்டுபிடிக்கப்பட்டன.

சில இடங்களில் பெரிய குண்டுப் பாறைகள் உயரமான இடங்களில் காணப் பட்டன. பனிக்கட்டிப் பாளங்களைத் தவிர எந்தச் சக்தியாலும் குண்டுப் பாறைகளை அவ்வளவு உயரத்துக்குக் கொண்டுசென்றிருக்க முடியாது என்பது தெரியவந்தது.

ஆர்ஹீனியஸ் படித்து முடித்து டாக்டரேட் பட்டம் பெற்ற காலகட்டத்தில் பனியுகம் பற்றி நிறைய விவாதங்கள் நடந்துகொண்டிருந்தன. கடந்த காலத்தில் ஸ்வீடனும், மற்ற நாடுகளும் பனிக்கட்டிகளால் மூடப்பட்டிருந்தது ஏன் என அவர் மனதிலும் கேள்வி எழுந்தது. காற்று மண்டலத்தில் உள்ள ஏதோ ஒன்று பூமியைக் குளிர வைக்கலாம் என்று அவர் எண்ணத் தொடங்கி அது பற்றிய ஆராய்ச்சியில் ஈடுபட்டார்.

காற்று மண்டலத்தில் அடங்கிய கரியமிலவாயுவின் அளவுக்கும் பூமியின் வெப்ப/குளிர் நிலைக்கும் தொடர்பு இருக்கலாம் என்று ஆர்ஹீனியசுக்குத் தோன்றியது. கரியமிலவாயுவின் அளவு எவ்வளவு குறைந்தால் வெப்பநிலை பாதி யாகக் குறையும் என்று அவர் கணக்குப் போடுவதில் ஈடுபட்டார். அவர் இதில் காற்று மண்டலத்தில் நீர் வடிவில் உள்ள வாயுவையும் கணக்கில் எடுத்துக் கொண்டார். ஆர்ஹீனியஸ் கணக்குப் போட்டதில் கரியமிலவாயுவின் அளவு (அவர் காலத்தில் இருந்ததைவிடப்) பாதியாகக் குறையுமானால் வெப்பம் 5 டிகிரி செல்சியஸ் அளவுக்குக் குறையும் என்று விடை கிடைத்தது.

ஆர்ஹீனியஸின் சகா ஒருவர் சும்மா இருக்காமல், பிரச்சினையைத் திருப்பிப் போட்டு கரியமிலவாயு சேர்மானம் இரட்டிப்பானால் வெப்பம் எவ்வளவு உயரும் என கணக்குப் போட்டுப் பாருங்களேன் என்று கூறினார்.

அது கணினி இல்லாத காலம். எல்லாக் கணக்குகளையும் கையால் போட்டுப் பார்க்க வேண்டும். ஆர்ஹீனியஸ் சளைக்காமல் நிறைய கணக்குகளைப் போட்டுப் பார்த்து கரியமிலவாயு சேர்மானம்—அவர் காலத்தில் இருந்ததைவிட—

இரட்டிப்பானால் பூமியின் வெப்பம் 5 டிகிரி செல்சியஸ் உயரும் என்று கண்டறிந்தார்.

இன்று வல்லுநர்கள் அதைத்தான் கூறுகின்றனர். அப்படி உயர்ந்தால் ஆபத்து என்று கூறுகின்றனர். ஆர்ஹீனியஸ் காலத்தில் கரியமிலவாயு சேர்மானம் அவ்வளவு அதிகமாக இல்லை. அது இரட்டிப்பாக 4,000 ஆண்டுகள் ஆகலாம் என ஆர்ஹீனியஸ் கருதினார். அவர் நினைத்ததற்கு மாறாக கரியமிலவாயு சேர்மானம் மிக வேகமாக அதிகரித்திருக்கிறது. 4000 ஆண்டுகளுக்குப் பதில், இந்த நூற்றாண்டின் கடைசி வாக்கிலேயே இந்த நிலைமை ஏற்பட்டுவிடுமோ என்று அஞ்சப்படுகிறது.

கரியமிலவாயு சேர்மானம் அதிகரிப்பது ஒரு வகையில் நல்லதுதான் என்று ஆர்ஹீனியஸ் கருதினார். ஸ்வீடன் போன்ற நாடுகள் பனிப் பாளங்களுக்கு அடியில் புதையாமல் இருக்குமே.

ஆர்ஹீனியஸுக்குப் பிறகு இங்கிலாந்தைச் சேர்ந்த ஸ்டூவர்ட் கெல்லண்டர் (1898-1964) இதுபற்றி மேலும் ஆராய்ந்து கருத்து ஒன்றை வெளியிட்டார். கெல்லண்டர் நீராவி தொடர்பான இன்ஜினியர். அந்த அளவில் அவர் விஞ்ஞானி அல்ல. எனினும், ஒழிந்த நேரத்தில் வானிலையியல் பற்றி நிறையப் படித்தார். தகவல்களைச் சேகரித்தார். அவரை ஓய்வுநேர விஞ்ஞானி என்று கூறலாம்.

அவர் உலகின் பல பகுதிகளிலிருந்தும் வெப்பநிலைத் தகவல்களைச் சேகரித்தார். அவற்றை வைத்து ஆராய்ந்து மனிதன் தோற்றுவிக்கும் கரியமிலவாயுவின் விளைவாக பூமியில் வெப்பநிலை அதிகரித்துள்ளது என்று அவர் கூறினார். இது மிக முக்கியக் கண்டுபிடிப்பாகும்.

'மனிதன் உண்டாக்கும் கரியமிலவாயும் அதனால் வெப்பநிலைமீது ஏற்படும் தாக்கமும்' என்ற தலைப்பில் கெல்லண்டர் 1938ஆம் ஆண்டில் எழுதிய கட்டுரை இங்கிலாந்தின் மதிப்புமிக்க ராயல் வானிலையியல் சங்கத்தின் ஏட்டில் வெளியாகியது.

கரியமிலவாயு சேர்மானத்தின் விளைவாக 1880ஆம் ஆண்டிலிருந்து 1935ஆம் ஆண்டுவரை உலகின் வெப்பநிலை எவ்விதம் உயர்ந்துள்ளது என்பதை விளக்கி வரிவரைபடங்களைத் தன் கைப்படத் தயாரித்து வெளியிட்டிருந்தார். உலகில் நூற்றுக்கும் மேற்பட்ட இடங்களிலிருந்து சேகரிக்கப்பட்ட தகவல்களின் அடிப்படையில் அவர் கண்டுபிடிப்பு அமைந்திருந்தது.

அவர் தமது ஆராய்ச்சிக் கட்டுரையில் 'பல ஆயிரம் அடி ஆழத்திலிருந்து நிலக்கரி அல்லது பெட்ரோலிய எண்ணெயை எடுத்துப் பயன்படுத்துவதில் சாதகங்கள் உள்ளன. அவை நமக்கு வெப்பத்தையும் அத்துடன் ஆற்றலையும் அளிக்கின்றன. இவற்றைப் பயன்படுத்துவதால் சராசரி வெப்பம் சிறிது உயரும்போது பூமியின் வடக்குப் பகுதிகளில் பயிர்ச் சாகுபடியை அதிகரிக்கவும் உதவும்' என்று அவர் குறிப்பிட்டார். எது எப்படியோ, பூமியின் வடக்குப் பகுதிகள் பனிப் பாளங்களால் மூடப்படுவது தடுக்கப்படும் என்று அவர் எழுதியிருந்தார். அவரும், பனியுகம் வந்துவிடக் கூடாது என கவலைப்பட்டார் என்று சொல்லலாம்.

கெல்லண்டர் வாழ்ந்த காலகட்டத்தில் கரியமிலவாயுவின் விளைவுகள்பற்றி அவ்வளவாக உணரப்படவில்லை என்பதால் அவரது கண்டுபிடிப்பின் முக்கியத்துவம் பரந்த அளவில் கண்டுகொள்ளப்படவில்லை என்றே கூற வேண்டும். தவிர, காற்று மண்டலம் என்பது பிரம்மாண்டமானது. அந்த அளவில் மனிதனின் செயல்களால் காற்று மண்டலத்தில் பெரிய விளைவுகள் ஏற்பட்டுவிடும் என்பது நம்பக்கூடிய விஷயமாக அப்போது கருதப்படவில்லை.

இங்கு இன்னொன்றையும் கவனிக்க வேண்டும். அப்போதைய விஞ்ஞானிகளின் கவலையெல்லாம் மறுபடியும் பனியுகம் வந்துவிடக் கூடாது என்பதாகவே இருந்தது. அவர்களது கவலைக்குத் தூபம் போடுவதுபோல மிலுடின் மிலன் கோவிச் என்ற செர்பிய விஞ்ஞானி 1930ஆம் ஆண்டில் பூமியில் நீண்ட கால அளவில் ஏற்படும் பருவநிலை மாற்றங்கள்பற்றி வெளியிட்ட கொள்கைகள் அமைந்திருந்தன. இந்த மாற்றங்களால் பூமியில் அவ்வப்போது பனியுகம் ஏற்படுவது இயல்பான ஒன்று என மிலன்கோவிச் கூறியிருந்தார்.

பனியுகம் திரும்பிவிடக் கூடாது என்று கவலைப்பட்ட விஞ்ஞானிகள் அதே நேரத்தில் காற்று மண்டலத்தில் கரியமிலவாயு வகிக்கும் முக்கியப் பங்கு பற்றி நன்கு அறிந்திருந்தனர் என்பதையும் குறிப்பிட்டாக வேண்டும். அதாவது, பூமி முழுவதிலும் கடும் குளிர் வீசாதபடி தடுப்பதில் கரியமிலவாயு உதவியாக உள்ளது என்பதை அவர்கள் அறிந்திருந்தனர். ஆனால், மனிதனின் செயல்களால் காற்று மண்டலத்தில் அளவுக்கு மீறி கரியமிலவாயு சேருமானால் விபரீத விளைவுகளை ஏற்படுத்தும் என்பது இருபதாம் நூற்றாண்டின் பிற்பகுதியில்தான் அறிந்துகொள்ளப்பட்டது. அதற்குள்ளாக காற்று மண்டலத்தில் கரியமிலவாயு அளவு கிட்டத்தட்ட அபாய அளவை எட்டிவிட்டது.

இவ்விதம் காற்று மண்டலத்தில் சேர்ந்த கரியமிலவாயுவில் பெரும் பகுதி மனிதனின் செயல்களால் உண்டானவையே. இப்பின்னணியில் நாம் காற்று மண்டலம்பற்றியும் கரியமிலவாயுபற்றியும் விரிவாக அறிந்துகொண்டால்தான் இப்போது மனித குலத்தை எதிர்நோக்கியுள்ள புவி வெப்பமாதல் பிரச்சினையை நன்கு புரிந்துகொள்ள இயலும்.

* * * * *

# 7 கரியமிலவாயு நச்சு வாயுவா?

ஒரு சமயம் புவி வெப்பமடைதல் குறித்து உரையாற்றிய ஒருவர், ஆர்வ மிகுதியில் கரியமிலவாயுவை நச்சு வாயு என்று வர்ணித்தார். ஒரு தடவை அல்ல பல தடவை அவ்விதம் கூறினார். அவர் வர்ணித்தபடி கரியமிலவாயு மட்டும் நச்சு வாயுவாக இருந்தால் நம்மால் உயிர்வாழ முடியாது. நம் உடலில் ஓடும் ரத்தத்தில் கரியமில வாயு உள்ளது. நமது நுரையீரலில் கரியமிலவாயு உள்ளது. நாம் வெளியே விடும் மூச்சுக் காற்றிலும் கரியமிலவாயு அடங்கியுள்ளது. நம்மைச் சுற்றிலும் கரியமிலவாயு உள்ளது. பல சமயங்களிலும் நாம் மெனக்கெட்டு வயிற்றுக்குள் கரியமிலவாயுவை செலுத்திக்கொள்கிறோம். அதாவது, தெரு முனையில் உள்ள பெட்டிக்கடையில் சோடாவை வாங்கிக் குடிக்கும்போது சோடா பானத்துடன் கரியமிலவாயும் சேர்ந்து உள்ளே செல்கிறது. சோடாவை உடைத்தவுடன் அதிலிருந்து குபுகுபு என்று வாயுக் கொப்புளங்கள் வருவதை நீங்கள் கவனித்திருக்கலாம். அது கரியமிலவாயுக் கொப்புளங்களே. அந்த அளவில் கரியமிலவாயுவை நீங்கள் கண்ணால் பார்த்துள்ளதாகவும் கூறலாம்.

சோடா தயாரிப்பதற்கான தண்ணீருடன் நல்ல அழுத்தத்தில் கரியமில வாயுவைத் திட்டமிட்டே கலக்கிறார்கள். பாட்டிலுக்குள் நல்ல அழுத்தத்தில் இருப்பதால் நீருடன் கரியமிலவாயு கலந்து இருக்கிறது. ஆகவே, சோடா பாட்டிலைப் பார்த்தால் நீருடன் வாயு சேர்ந்து இருப்பது தெரியாது. ஆனால் சோடாவை உடைத்தவுடன் உள்ளே இருக்கும் அழுத்தம் நீங்கி அந்த வாயு தனியே பிரிந்து வெளியே வருகிறது. சோடா குடித்த பின்னர் விடும் ஏப்பம் பெரிதும் கரியமிலவாயுவே.

சாதாரண குளிர்பானங்களிலும் மதுபானங்களிலும் இவ்விதம் கரியமில வாயுவை ஓரளவுக்குக் கலப்பது உண்டு.

செடி, கொடி, மரம் என தாவரங்கள் அனைத்தும் காற்றில் அடங்கிய கரியமில வாயுவை (பகலில் மட்டும்) எடுத்துக்கொண்டு வளருகின்றன. கரியமிலவாயு இல்லாமல் தாவரங்களால் உயிர்வாழ முடியாது. தாவரங்கள், குறிப்பாகத் தாவரங்களின் இலைகள், காற்று மண்டலத்திலிருந்து கரியமிலவாயுவைக் கிரகித்துக்கொண்டு அந்த வாயுவைத் தங்களுக்கான 'உணவை' தயாரிப்பதற்குப் பயன்படுத்துகின்றன.

காற்று மண்டலத்தில் கரியமிலவாயு மேலும்மேலும் சேருவதைத் தடுக்க வேண்டும் என்றுதான் உலக அளவில் இயக்கம் நடைபெற்றுவருகிறதே தவிர, கரியமிலவாயுவே இருக்கக் கூடாது என்று யாரும் சொல்லவில்லை. பூமியில் உயிரினம் தோன்றிய காலத்திலிருந்தே காற்று மண்டலத்தில் கரியமிலவாயு இருந்துவருகிறது. அது என்றும் இருந்துவரும்.

கரியமிலவாயு பற்றி இன்னொரு தவறான எண்ணம் உள்ளது. கரியமிலவாயு கறுப்பு நிறம் கொண்டது என்பது அந்தத் தவறான எண்ணமாகும். புவி வெப்பமடைவது குறித்த எந்தச் செய்தியானாலும் பத்திரிகைகளில் கரும் புகையைக் கக்கும் ஆலைகளின் படங்கள் இருக்கும். தொலைக்காட்சியிலும் இதேதான். உண்மையில் கரியமிலவாயுவுக்கு நிறம் கிடையாது. வாசனையும் கிடையாது.

கரியமிலவாயு மட்டும் கறுப்பு நிறம் கொண்டதாக இருக்குமானால் நாம் வெளியே விடும் மூச்சுக் காற்று கரிய நிறத்தில் இருக்க வேண்டும். ஆலைகளிலிருந்து வெளிப்படும் கரியமிலவாயுவுடன் புகையும் நுண்ணிய துணுக்குகளும் சேர்ந்து வெளிப்படுகின்றன. இப்போதெல்லாம் ஆலைகளில் இவற்றை வடிகட்டும் ஏற்பாடுகள் உள்ளன. இவ்வித நவீன ஆலைகளின் புகைப்போக்கி வழியே கண்ணுக்கே தெரியாத வகையில் கரியமிலவாயு வெளிப்படுகிறது.

எதை எரித்தாலும் கரியமிலவாயு தோன்றும். ஆக்சிஜன் எரியக்கூடியது அல்ல. ஆனால் எரிதலுக்கு ஆக்சிஜன் தேவை. எரிதலின்போது இரு ஆக்சிஜன் அணுக்களும் ஒரு கார்பன் அணுவும் சேருவதுதான் கரியமிலவாயு. எனவே தான் இந்த வாயுவைச் சுருக்கமாக ஆங்கிலத்தில் $CO_2$ என்று குறிப்பிடுகிறார்கள்.

இவ்விதம் உருவான கரியமிலவாயு இயல்பாக மறுபடியும் கார்பனாகவும் ஆக்சிஜனாகவும் தானாகப் பிரிவது கிடையாது. கரியமிலவாயுவை நம்மால் தனித்தனியாகப் பிரிக்க முடியும் என்றால் புவி சூடாகிறது என்ற பிரச்சினைக்கே இடமிருக்காது.

எனினும், செலவு கட்டுபடியாகக்கூடிய வகையில் கரியமிலவாயுவைத் தனித்தனியே பிரிப்பது குறித்து ஆராய்ச்சி நடந்துவருகிறது. அப்படியான முறையில் கரியமிலவாயு வெளிப்பாடு இருத்தல் ஆகாது என்றும் கவனத்தில் கொள்ளப்படுகிறது. அதாவது காற்று மண்டலத்திலிருந்து கரியமிலவாயுவைத் தனியே பிரிக்க ஏதோ ஒரு வகையான இயந்திரத்தைப் பயன்படுத்துவதாக வைத்துக்கொள்வோம். அப்படியான இயந்திரம் ஏதோ ஒரு எரிபொருளைப் பயன்படுத்தி இயங்குவதாக இருக்கக் கூடாது. அப்படி இருந்தால் அது இயல்பாக கரியமிலவாயுவை வெளியிடுவதாக இருக்கும். கரியமிலவாயுவை அகற்றுவதாகச் சொல்லிக்கொண்டு கரியமிலவாயு உற்பத்தி செய்வதில் அர்த்தமில்லை.

எனினும் கரியமிலவாயுவைக் காற்று மண்டலத்திலிருந்து அகற்ற மிக எளிய வழி இருக்கிறது. ஒரு செடியை வளர்த்தால் போதும். 'எத்தைச் செய்தால் பித்தம் தெளியும்' என்ற போக்கில் விஞ்ஞானிகள் செயற்கை இலைகளைத் தயாரிக்கும் ஆராய்ச்சியிலும் ஈடுபட்டுள்ளனர்.

## காற்று மண்டலம் என்ற கவசம்

இதுவரை கரியமிலவாயு பற்றிக் கவனித்த நாம் பொதுவாக, காற்று மண்டலம் பற்றிச் சற்றுக் கவனிப்பது உசிதமாக இருக்கும். சூரிய மண்டலத்தில் உள்ள கிரகங்களில் பூமியில் மட்டும்தான் உயிர் வாழ்வதற்கு ஏற்ற வகையில் உகந்த காற்று மண்டலம் அமைந்துள்ளது. புயல் காற்றாக அல்லது சூறைக் காற்றாக மாறாதவரையில் காற்று நமக்கு ஒரு தொல்லையாக இருப்பதில்லை. பெரும் பாலான சமயங்களில் காற்று நமக்கு மென்மையான ஒன்றாகவே உள்ளது.

பூமியைச் சுற்றிலும் சுமார் 300 கிலோமீட்டர் உயரம்வரை காற்று உள்ளது. பூமியைச் சூழ்ந்துள்ள இக்காற்று மொத்தத்தையும் காற்று மண்டலம் என்கிறார்கள். உயரே செல்லச்செல்லக் காற்றின் அடர்த்தி குறைகிறது. பல அம்சங்களை வைத்து இக்காற்று மண்டலத்தைப் பல அடுக்குகளாகப் பிரித்துள்ளனர்.

இந்தப் பல அடுக்குகளையும் ஊடுருவிக் கடந்துதான் சூரிய ஒளி நம் வீட்டையும் தெருவையும் வயல்வெளிகளையும் வந்தடைகிறது. அப்படி வரும்போது சூரிய ஒளி காற்றைச் சூடாக்குவதில்லை. அப்படியிருக்குமானால் பூமியை அக்னிக் குண்டத்துக்குள் வைத்தது போன்ற நிலைமை ஏற்பட்டிருக்கும். பூமியில் உயிரினம் சாத்தியமாகியிருக்காது .

சூரிய ஒளி பூமியை வந்தடைந்த பின் எதன் மீதாவது படும்போது அதைச் சூடாக்குகிறது. தரையைச் சூடாக்குகிறது. கூரையைச் சூடாக்குகிறது. வெயிலில் கிடக்கும் அனைத்துப் பொருட்களும் அப்பொருட்களின் தன்மையைப் பொறுத்து வெவ்வேறு அளவுகளில் சூடாகின்றன. தகரக் கொட்டகை பயங்கரமாகச் சூடேறும். ஓலைக்கூரை வேய்ந்த குடிசை அவ்வளவாகச் சூடேறாது. கான்கிரீட் கட்டடம் சூடேறும். மண் சுவர் அவ்வளவாகச் சூடேறாது. சூரிய ஒளி மூலம் கடல் நீரும் சூடேறுகிறது. தரையுடன் ஒப்பிட்டால் கடல்நீர் மெதுவாகத்தான் சூடேறும். பெறுகின்ற வெப்பத்தையும் மெதுவாகத்தான் வெளியிடும்.

இது ஒரு புறம் இருக்க, காற்று மண்டலம் பூமியை ஒரு போர்வைபோலப் போர்த்தியுள்ளது. இன்னும் சொல்லப்போனால், காற்று மண்டலம் பூமிக்கு ஒரு கவசம் போன்றது. சூரியனில் உற்பத்தியாகும் ஆபத்தான எக்ஸ் கதிர்கள் பூமியை வந்தடையாதபடி காற்று மண்டலம் தடுத்துவிடுகிறது. இதேபோல சூரியனிலிருந்தும் நட்சத்திரங்களிலிருந்தும் வரும் எக்ஸ் கதிர் உட்பட ஆபத்தான கதிர்கள் பூமியை வந்தடையாதபடியும் காற்று மண்டலம் தடுத்துவிடுகிறது.

சூரியனிலிருந்து ஏ, பி, சி என மூன்று வகையான புறஊதாக் கதிர்கள் வெளிப்படுகின்றன. இவற்றில் ‘சி’ வகைக் கதிர்கள் மிகவும் தீங்கானவை, பூமியின் காற்று மண்டலத்தின் மேற்புறத்தில் உள்ள ஓசோன் படலமானது ‘சி’ வகைக் கதிர்களை முற்றிலுமாகத் தடுத்து விடுகிறது. ‘பி’ வகைக் கதிர்களில் 95 சதவீதம் தடுக்கப்பட்டு விடுகிறது. ‘ஏ’ வகைப் புறஊதாக் கதிர்கள் பூமியின் மேற்பரப்பை வந்தடைகின்றன.

பூமியின் காற்று மண்டலம் நாம் செய்த பாக்கியம். இதை நீங்கள் உணர வேண்டுமானால் சந்திரனில் உள்ள நிலைமைகளைப் பற்றிச் சற்றே

தெரிந்துகொள்வது நல்லது. சந்திரனில் காற்று மண்டலம் என்பதே கிடையாது. அதாவது, காற்று இல்லை. சந்திரனில் மேகம் இல்லை, மழை இல்லை, கடல் இல்லை, ஏரி, குளம் இல்லை, செடிகொடி இல்லை. எங்கு பார்த்தாலும் ஒரே பொட்டல். சந்திரனில் வெயில் அடிக்கும்போது வெயில் சுமார் 123 டிகிரி செல்சியஸ் அளவுக்கு இருக்கும். சந்திரனில் எங்கோ குகை ஒன்று இருப்பதாக வைத்துக்கொள்வோம். கடும் வெயிலிலிருந்து தப்ப ஒருவர் அந்தக் குகைக்குள் நுழைவதாகவும் வைத்துக்கொள்வோம். குகைக்குள் நுழைந்த மாத்திரத்தில் பயங்கரமான குளிர், அதுவும் மைனஸ் 35 டிகிரி அளவுக்குக் குளிர் இருக்கும். அக்குளிரில் அவர் விறைத்துப்போய்விடுவார். இந்தக் குளிரைத் தாங்கும் அளவுக்குக் கவச உடை இல்லையென்றால் அவருக்கு மரணம் நிச்சயம். சந்திரனில் இரவாக உள்ள பகுதியில் குளிர் மைனஸ் 233 டிகிரி அளவுக்கு இருக்கும்.

பூமியில் வெயில் வீசும் இடத்துக்கும் அருகே நிழல் உள்ள இடத்துக்கும் இடையே வெப்ப வேறுபாடு அதிகம் இருக்காது. உதாரணமாக, ஓரிடத்தில் திறந்தவெளியில் பிற்பகல் சுமார் 4 மணி அளவில் வெப்பம் 34 டிகிரி செல்சியஸ் இருந்தால் அதே நேரத்தில் வீட்டுக்குள், அதாவது நிழலில், வெப்ப அளவு 32 டிகிரி செல்சியஸ் இருக்கும். சந்திரனில் உள்ளது போன்று பெருத்த வேறுபாடு இல்லாததற்குப் பூமியின் காற்று மண்டலமே காரணம்.

பூமியில் நம்மைச் சுற்றியுள்ள காற்று (காற்று மண்டலம்) என்பது பல்வேறு வாயுக்களால் ஆனது. காற்று (Air) வேறு. வாயு (Gas) என்பது வேறு. வீடுகளில் சமையல் செய்யப் பயன்படுத்தப்படும் சமையல் எரிவாயு ஒரு வித வாயு. வெல்டிங் பட்டறைகளில் உலோகங்களை இணைப்பதற்குப் பயன்படுத்தப்படுவது ஒரு வகை வாயு. தவிர, ஆக்சிஜன், நைட்ரஜன் போன்றவையும் வாயுக்களே. இவை இயற்கையில் இருப்பவை. இயற்கையில் உள்ள காற்றானது பல வாயுக்களின் கலவை.

இயற்கையாக உள்ள வாயுக்களைத் தவிர, மனிதன் பலவகையான வாயுக் களைச் செயற்கையாக உண்டாக்கியிருக்கிறான். வாயுக்களில் நல்லவை உண்டு. தீங்கை விளைவிக்கக்கூடிய வாயுக்களும் உண்டு. இயற்கை நிலையில் நம்மைச் சுற்றியுள்ள காற்றில் முக்கியமாக நைட்ரஜன், ஆக்சிஜன், ஆர்கான், கரியமிலவாயு முதலான வாயுக்கள் உள்ளன. இடங்களைப் பொறுத்து, காற்றில் தூசு, புகை, என வேறு பலவும் அடங்கியுள்ளன.

காற்றில் அடங்கிய வாயுக்கள் விவரம் வருமாறு: நைட்ரஜன் 78 சதவீதம், ஆக்சி ஜன் 21 சதவீதம், ஆர்கான் 9 சதவீதம், கரியமிலவாயு 0.0387 சதவீதம். அதாவது சுமார் 0.04 சதவீதம் என்றும் கூறலாம். மற்றும் நியான், ஹீலியம், மீத்தேன், கிரிப்டான், ஹைட்ரஜன், நைட்ரஸ் ஆக்சைட், ஸீனான், ஓசோன், நைட்ரஸ் டையாக்சைட், அயோடின், அமோனியா போன்ற வாயுக்கள் மிகச் சொற்ப அளவில் காற்றில் அடங்கியுள்ளன.

இவற்றில் கரியமிலவாயு, மீத்தேன், நீராவி ஆகியவற்றின் அளவு இடத்துக்கு இடம் வித்தியாசப்படலாம். ஆக்சிஜன் அளவு பெரும்பாலும் ஒரே அளவில்

இருக்கும். ஆனால், நீண்ட நாள் தூர் எடுக்கப்படாத பாழுங்கிணறு, குகை, காற்றோட்டமில்லாமல் நீண்ட காலம் அடைத்து வைக்கப்பட்ட அறை அல்லது வீடு ஆகியவற்றில் ஆக்சிஜன் அளவு மிகக் குறைவாக இருக்க வாய்ப்பு உண்டு. பாழுங்கிணற்றில் இறங்கியவர் சாவு என்று அவ்வப்போது செய்தி வருகிறது; கிணற்றின் உள்ளே இறங்குபவர் சுவாசிக்க ஆக்சிஜன் இல்லாததால் உயிரிழக் கிறார்.

சில இடங்களில் ஆக்சிஜன் இவ்விதம் குறைவாக இருக்க வாய்ப்பு உண்டு. எனினும், எந்த இடத்திலும் ஆக்சிஜன் 21 சதவீதத்துக்கும் அதிகமாக வாய்ப்பில்லை.

காற்று மண்டலத்தில் பெரும் அளவில் அதிகரிக்க வாய்ப்புள்ள வாயுக்கள் கரியமிலவாயு மற்றும் மீத்தேன் ஆகும். இந்த இரண்டு வாயுக்களுமே இயற்கையில் தோன்றுபவை. அதே நேரத்தில் மனிதச் செயல்களாலும் தோன்றுபவை.

கடந்த சுமார் 150 ஆண்டுகளில் மனிதனின் செயல்களால் காற்று மண்டலத்தில் கரியமிலவாயுவின் சேர்மானம் பயங்கரமான அளவுக்கு அதிகரித்துவிட்டது கரியமிலவாயுக்கும் பூமி சூடாவதற்கும் என்ன தொடர்பு என்று கேட்கலாம். நாம் பசுமைக் குடில் பற்றித் தெரிந்துகொண்டால் கரியமிலவாயு ஆற்றும் பங்குபற்றி நன்கு அறிந்துகொள்ள இயலும்.

\* \* \* \* \*

# 8 அதென்ன பசுமைக் குடில்?

ஊட்டி போன்று நல்ல குளிர் இருக்கும் இடங்களுக்கு நீங்கள் சென்றிருந்தால் அங்கு வீடுகளில் வாயிற்கதவு, ஜன்னல் கதவுகள் ஆகியவை கண்ணாடியால் ஆனவையாக இருப்பதைக் கவனித்திருக்கலாம். இதற்குக் காரணம் உண்டு.

முதலாவதாக, கண்ணாடி வழியே வெளியிலிருந்து நல்ல வெளிச்சம் வரும். அதைவிட முக்கியமாக வெளியே வீசும் குளிர் வீட்டுக்குள் வராதபடி கண்ணாடி தடுத்துவிடும். குளிரைக் கருதி வீட்டுக்குள் கணப்புப் போட்டிருந்தால் கணப்பி லிருந்து வெளிப்படும் வெப்பம் வீட்டுக்குள்ளிருந்து வெளியே செல்லாதபடியும் கண்ணாடி தடுக்கும். இது கண்ணாடியின் விசேஷத் தன்மையாகும்.

ஐரோப்பாவிலும் வட அமெரிக்காவிலும் குளிர் மிகுந்த நாடுகளில் செடிகொடிகளை வளர்ப்பதற்குக் கண்ணாடியின் இத்தன்மையை நன்கு பயன்படுத்திக்கொள்கின்றனர். இந்த நாடுகளில் குளிர் காலத்தில் கடும் குளிர் காரணமாகவும், மற்றும் துகள் பனிப்பொழிவு காரணமாகவும் செடிகொடிகளைத் திறந்த வெளியில் வளர்க்க வாய்ப்பு இல்லை. ஆகவே, செடி கொடிகளைக் கண்ணாடியால் ஆன பெரிய கூடாரத்துக்குள் வளர்க்கின்றனர். இவ்விதக் கூடாரத்தில் கூரை மற்றும் பக்கவாட்டுச் சுவர்கள் அனைத்தும் கண்ணாடிப் பலகைகளால் ஆனவையாக இருக்கும். இப்போதெல்லாம் பல இடங்களில் கண்ணாடிக்குப் பதில் ஒளி ஊடுருவும் விசேஷ பிளாஸ்டிக்குகளைப் பயன்படுத்துகின்றனர். இவ்விதமான கட்டுமானத்துக்குள் வெளிக் காற்று நுழைய இயலாது.

வெயில் இருக்குமானால் கண்ணாடிக் கூரை வழியே பயிர்களுக்குத் தேவையான சூரிய ஒளி, அதாவது, வெயில் கிடைக்கும். ஆகவே உட்புறம் தகுந்த வெப்பத்தைப் பெறும். காற்று நுழைய முடியாது என்பதால் வெளியே உள்ள குளிர் கண்ணாடி வழியே உள்ளே பயிர்களைத் தாக்காது. அதே நேரத்தில் வெயில் காரணமாக உள்ளே தோன்றும் இதமான வெப்பம் வெளியேறிவிடாதபடி கண்ணாடி தடுக்கிறது.

நல்ல குளிர் காலத்தில் சுற்றுவட்டாரம் முழுவதையும் வெண்மையான துகள் பனி மூடியிருக்கும் அதே சமயத்தில் கூடாரத்துக்குள் பனிப்பொழிவு இருக்காது. இந்தக் கூடாரத்துக்குள் பசுமையான பயிர்கள் காணப்படுகின்றன என்பதால் இவ்விதம் பயிர் வளர்க்கப்படும் கூடாரத்துக்குப் பசுமைக் குடில் (Green House) என்று பெயர் ஏற்பட்டது, இதைக் கண்ணாடிக் குடில் என்றும் அழைப்பது உண்டு.

இவ்விதப் பசுமைக் குடில் ஏதோ வீட்டுத் தோட்டம்போல சிறியதாக இருக்கும் என்று நினைத்துவிட வேண்டாம். அமெரிக்காவில் ஒரு பசுமைக் குடில் 92 ஏக்கர் பரப்பளவில் உள்ளது. பிரிட்டனில் தானெட் தீவில் மொத்தம் 220 ஏக்கர் பரப்பளவில் ஏழு பசுமைக் குடில்கள் அமைக்கப்பட்டிருக்கின்றன. ஸ்பெயின் நாட்டில் உள்ள எண்ணற்ற பசுமைக் குடில்களின் மொத்த நிலப்பரப்பு 64 ஆயிரம் ஏக்கர் என ஒரு தகவல் கூறுகிறது.

ஸ்பெயின் நாட்டில் உள்ள பசுமைக் குடில்களில் நல்ல குளிர் காலத்திலும் தக்காளி மற்றும் பலவகையான காய்கறிகள் விளைவிக்கப்படுகின்றன. இவை குறிப்பாகக் குளிர் காலத்தில் பிரிட்டன், பிரான்ஸ், ஜெர்மனி ஆகிய நாடுகளுக்கு ஏற்றுமதி செய்யப்படுகின்றன. குளிர் காலத்தில் நல்ல குளிர் வீசும் நாடுகளில் பசுமைக் குடில்கள் சகஜம். பசுமைக் குடில்களில் கட்டுப்படுத்தப்பட்ட சூழ்நிலைகளில் பயிர்கள் சாகுபடி செய்யப்படுகின்றன. இவற்றின் உள்ளே இருக்கின்ற கரியமிலவாயுவின் அளவையும் கட்டுப்படுத்த இயலும். பசுமைக் குடிலுக்கு வெளியே காற்றில் கரியமிலவாயு எந்த அளவுக்கு உள்ளதோ அதைப் போல மூன்று மடங்கு கரியமிலவாயு அக்குடிலுக்குள் இருக்கும்படி செய்தால் பயிர்கள் செழிப்பாக வளருகின்றன என்று கண்டறியப்பட்டுள்ளது. வேறு விதமாகச் சொன்னால் கூடுதலாக கரியமிலவாயு இருந்தால் அதனால் பயிர்களுக்கு நன்மையே. எனினும் எந்த அளவுக்குக் கூடுதலாக கரியமிலவாயு அளிப்பது என்பது எந்தவிதமான பயிர்கள் உள்ளன, அவற்றின் வளர்ச்சிக் கட்டம் முதலான பல அம்சங்களைப் பொருத்ததாகும். மேலை நாடுகளில் பசுமைக் குடில்களில் பயன்படுத்துவதற்கென கரியமிலவாயு உற்பத்தி இயந்திரங்கள் பெரிய அளவில் தயாரிக்கப்பட்டு விற்பனையாகின்றன.

இது ஒரு புறம் இருக்க, பசுமைக் குடிலில் உள்ள மாதிரியில் பூமியைச் சுற்றிலும் இயற்கையாகவே இப்படியான ஒரு 'கண்ணாடிக் கூரை' அமைந்துள்ளதாகக் கூறலாம். கரியமிலவாயு, ஆவி வடிவிலான நீர், மீத்தேன், நைட்ரஸ் ஆக்சைட் வாயு முதலியவை நம் தலைக்கு மேலே வானில் கண்ணாடிக் கூரை அமைந்துள்ளது போன்ற விளைவை ஏற்படுத்துகின்றன. இது எப்படி என்று கவனிப்போம்.

பூமியானது சூரியனிடமிருந்து வெப்பத்தைப் பெறுகிறது. இதனால் பகலாக உள்ள பகுதியில் தரை சூடேறுகிறது. பின்னர், இரவு வந்ததும் தரையிலிருந்த வெப்பம் உயரே செல்கிறது. இந்த வெப்பம் முற்றிலுமாக விண்வெளிக்குச் சென்றுவிட்டால் பூமி முழுவதும் கடுமையாகக் குளிர்ந்துவிடும். அதாவது, பூமியின் சராசரி வெப்ப (குளிர்) நிலை மைனஸ் 18 டிகிரி செல்சியஸாக இருக்கும். இந்தக் கடும் குளிரில் பூமியில் உயிரினமே சாத்தியமாக இருக்காது. இத்துடன் ஒப்பிட்டால் இப்போது பூமியின் சராசரி வெப்பநிலை 16 டிகிரி செல்சியஸாக உள்ளது.

பூமியில் கடும் குளிர் வீசாதபடி கரியமிலவாயுவும் மற்ற வாயுக்களும் தடுக்கின்றன. அதாவது, உயரே செல்லும் வெப்பத்தின் ஒரு பகுதியை இந்த வாயுக்கள் கீழ் நோக்கிப் பூமிக்குத் திருப்புகின்றன. இதன் விளைவாக பூமியில் இரவாக

உள்ள பகுதி கடும் குளிரால் பாதிக்கப்படாமல் தடுக்கப்படுகிறது. இது பல கோடி ஆண்டுகளாக இயற்கையாக நிகழ்ந்து வருவது.

கண்ணாடியால் ஆன பசுமைக் குடிலில் நிகழ்வது போன்ற விளைவை இந்த வாயுக்கள் உண்டாக்குவதன் காரணமாகவே இந்த வாயுக்களை பசுமைக் குடில் வாயுக்கள் (Green House Gases) என்று குறிப்பிடுகின்றனர். கரியமிலவாயு உட்பட பசுமைக் குடில் வாயுக்கள் இவ்விதம் நன்மை பயப்பவையாக உள்ளன.

நன்மை செய்யும் பசுமைக் குடில் வாயுக்கள் இப்போது மட்டும் கெடுதல் செய்பவையாக மாறியது எப்படி? இந்த வாயுக்கள் ஓரளவில் வெப்பத்தை விண்வெளிக்குச் செல்ல அனுமதிக்கின்றன. ஆனால் காற்று மண்டலத்தில் மிக அதிகமாக பசுமைக் குடில் வாயுக்கள் சேரும்போது அவை விண்வெளிக்குச் சிறிது வெப்பம்கூட வெளியேறாதபடி அனைத்து வெப்பத்தையும் பூமியை நோக்கித் திருப்பிவிடுகின்றன. இதனால் பூமியின் சராசரி வெப்பம் அதிகரிக்கிறது. இன்றுள்ள பிரச்சினையே இதுதான்.

இப்படியான நிலைமை இன்னும் பல கோடி ஆண்டுகள் நீடித்தால் இறுதியில் வெள்ளி கிரகத்துக்கு ஏற்பட்ட நிலைமை பூமிக்கும் ஏற்படலாம். வெள்ளி கிரகத்தில் 96.5 சதவீத அளவுக்குக் கரியமிலவாயு இருப்பதுடன் அந்தக் கிரகத்தில் தரை வெப்பம் சுமார் 465 டிகிரி செல்சியஸ் அளவில் உள்ளது. எனினும் பூமியில் அப்படி ஏற்படாது என்றே தோன்றுகிறது. முதலாவதாக பூமியில் தாவரங்கள் தொடர்ந்து கரியமிலவாயுவை எடுத்துக்கொள்கின்றன. அத்துடன் காற்று மண்டலத்தில் உள்ள கரியமிலவாயுவில் ஒரு பகுதி கடலில் கலந்து வருகிறது. இதல்லாமல் மனிதனின் திட்டமிட்ட செயல்கள் மூலம் கரியமிலவாயு சேர்மானத்தை நன்கு குறைக்க இயலும்.

புவியின் சராசரி வெப்பம் அதிகரித்துவருவதற்கு கரியமிலவாயு மற்றும் இதர பசுமைக் குடில் வாயுக்கள்தான் காரணம் என்று கூறும் நிபுணர்களும், காற்று மண்டலத்தில் இவை மேலும்மேலும் சேருவதைத் தடுக்க வேண்டும் என்றுதான் கூறுகின்றனரே தவிர, அந்த வாயுக்கள் ஆபத்தானவை என்றோ நச்சு வாயுக்கள் என்றோ கூறவில்லை.

ஓரிடத்தில் மேலும்மேலும் குப்பை சேருவது போன்று கடந்த பல நூற்றாண்டுகளாகக் காற்று மண்டலத்தில் கரியமிலவாயு உட்பட பசுமைக் குடில் வாயுக்கள் கொஞ்சம்கொஞ்சமாக சேர்ந்துவந்துள்ளதாகவும் அதன் விளைவாகவே அந்த வாயுக்களின் அளவு அதிகரித்துவிட்டதாகவும் நினைத்தால் அது தவறு.

காற்று மண்டலத்தில் இயற்கையாகக் கரியமிலவாயு சேருகின்ற அதே நேரத்தில் காற்று மண்டலத்திலிருந்து அந்த வாயு இயற்கையாக அகன்றும் வருகிறது. பூமியில் தாவரங்கள் தோன்றிய காலத்திலிருந்தே—பல கோடி ஆண்டுகளாக இது நிகழ்ந்துவருகிறது.

காற்றில் அடங்கிய கரியமிலவாயுவின் ஒரு பகுதி இயல்பாகக் கடல் நீரில் கரைந்துவிடுகிறது. இப்படியாக, உலக அளவில் காற்று மண்டலத்தில் கரியமிலவாயு

சேருவதும், அது அகற்றப்படுவதும் கடந்த பல கோடி ஆண்டுகளாகத் தொடர்ந்து நடைபெற்றுவருகிறது. நிபுணர்கள் இதை கார்பன் சுழற்சி (Carbon Cycle) என்று கூறுவர்.

காற்று மண்டலத்தில் கரியமிலவாயு சேரும் அளவும், அகற்றப்படும் அளவும் கிட்டத்தட்ட சரிசமமாக இருந்தால் பிரச்சினை இல்லை. கடந்த பல கோடி ஆண்டுகளாகக் கிட்டத்தட்ட இவ்விதச் சரிசம நிலை இருந்துவந்திருக்கிறது.

ஒரு திருமண மண்டபத்தில் உள்ளே வருகிறவர்களின் எண்ணிக்கையும் விடைபெற்று வெளியேறுகிறவர்களின் எண்ணிக்கையும் சரிசமமாக இருந்தால் மண்டபத்தில் நெரிசல் அதிகரிக்காது. ஆனால் வெளியேறுபவர்களின் எண்ணிக்கையைவிடப் புதிதாக வருகிறவர்களின் எண்ணிக்கை பல மடங்கு அதிகமாக இருந்தால் மண்டபத்தில் கூட்டம் சேர்ந்துகொண்டே போகும். காற்று மண்டலத்தில் கரியமிலவாயு உட்பட, பசுமைக் குடில் வாயுக்களின் நிலைமை இப்போது அப்படியாகத்தான் இருப்பதாக நிபுணர்கள் கூறுகிறார்கள்.

உலகில் 1850களில் தொழிற்புரட்சி தோன்றிய காலத்திலிருந்து, குறிப்பாக, மேற்கத்திய நாடுகளில் எண்ணற்ற தொழிற்சாலைகள் நிறுவப்பட்டன. இன்னமும் புதிதாகத் தொழிற்சாலைகள் தோன்றிவருகின்றன. ஆரம்ப காலத்தில் ஐரோப்பாவிலும் பிரிட்டனிலும் அமெரிக்காவிலும் கிட்டத்தட்ட எல்லாத் தொழிற்சாலைகளும் நிலக்கரியைப் பயன்படுத்தி இயங்கின. பின்னர், நிலக் கரியைப் பயன்படுத்தி மின்சாரத்தை உற்பத்திசெய்யும் அனல் மின் நிலையங்கள் தோன்றின. இதன் விளைவாகத் தொழிற்சாலைகள் மின்சாரத்தால்

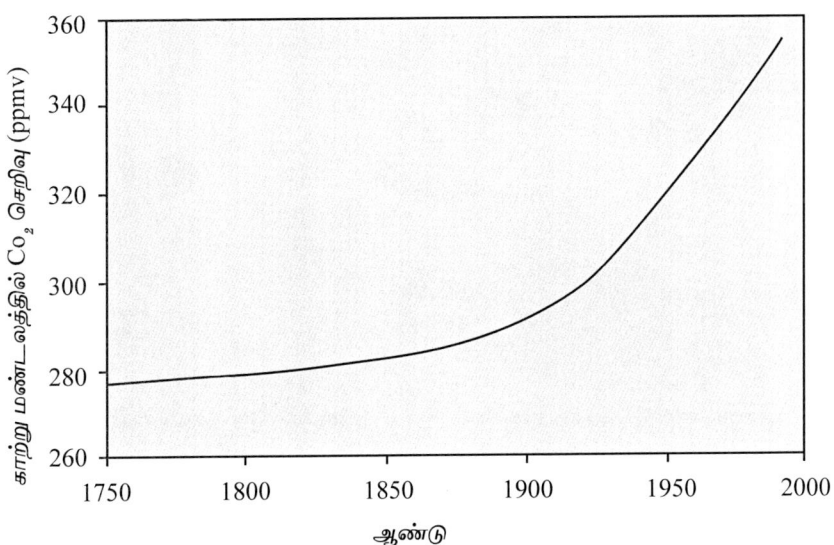

கடந்த 200 ஆண்டுகளில் காற்று மண்டலத்தில் கரியமிலவாயு அதிகரித்துவருவதைக் காட்டும் வரிவரைபடம்

Source: http://www.lordgrey.org.uk/~f014/usefulresources/aric/Resources/ Teaching_Packs/Key_Stage_4/Climate_Change/02p.html

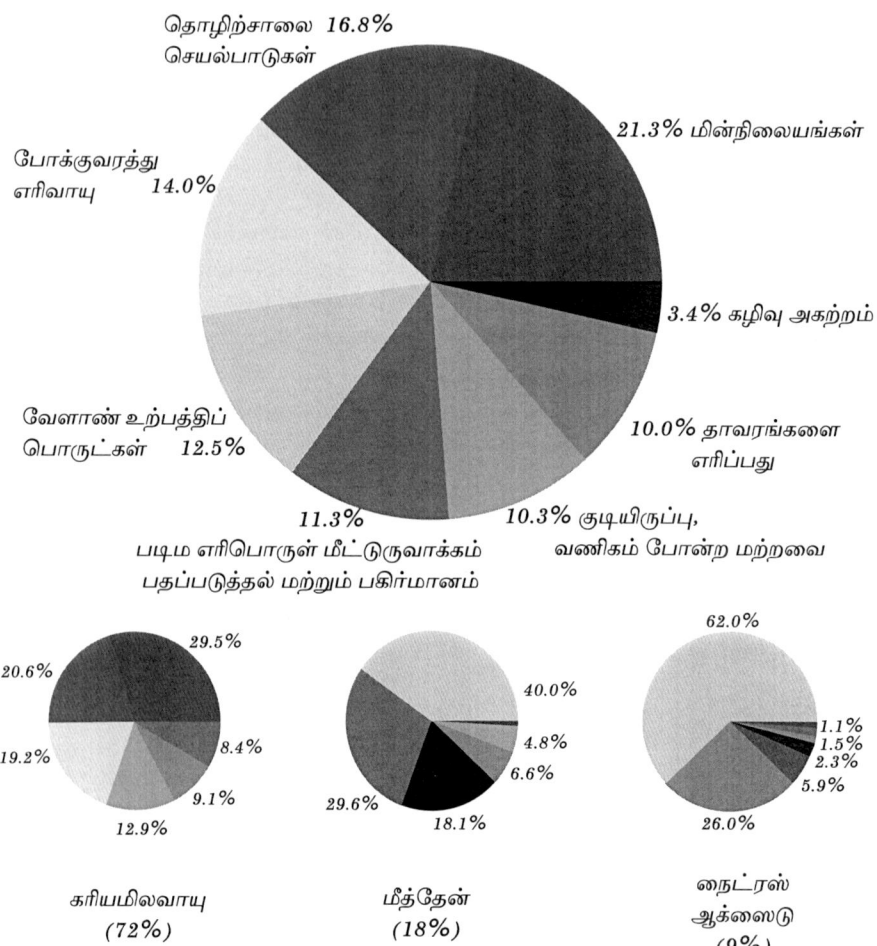

துறைவாரி வருடாந்திர பசுமை இல்ல வாயுக்களின் வெளியேற்றம்.

Source: https://www.wikiwand.com/en/Greenhouse_gas

இயங்கத் தொடங்கின. மின்சாரத்தை உற்பத்தி செய்ய மேலும்மேலும் அதிக எண்ணிக்கையில் அனல் மின்நிலையங்கள் தோன்றின. இதனால் காற்று மண்டலத்தில் கரியமிலவாயு சேர்மானம் அதிகரிக்கலாயிற்று. காற்று மண்டலத்தில் கடந்த 200 ஆண்டுகளில் கரியமிலவாயு எந்த அளவுக்கு அதிகரித்துள்ளது என்பதை மேற்படி வரிவரைபடம் காட்டுகிறது.

ஆலைகளைத் தொடர்ந்து கார், இரு சக்கர வாகனங்கள், பஸ், லாரி, டிராக்டர் போன்ற வாகனங்கள் வந்தன. இவை பெட்ரோல் மற்றும் டீசல் எண்ணெயைப் பயன்படுத்துபவை. பெட்ரோல் அல்லது டீசலைப் பயன்படுத்தும் வாகனங்களின் எண்ணிக்கை கடந்த 50 ஆண்டுகளில் பயங்கரமாகப் பெருத்துவிட்டது. தொழிற் சாலைகளும் சரி, கார், லாரி ஆகிய வாகனங்களும் சரி, நிறைய கரியமிலவாயுவை வெளியிடுபவை.

நீங்கள் எதை எரித்தாலும் சரி, கரியமிலவாயு தோன்றுகிறது என்று ஏற்கனவே கூறினோம். அனல் மின்சார நிலையத்தின் ராட்சத பாய்லர்களில் நிலக்கரி எரிகிறது. கார்கள், லாரிகள், டூவீலர்கள் போன்ற வாகனங்களின் இன்ஜின்களில் சொட்டு சொட்டாக பெட்ரோல் அல்லது டீசல் வந்து விழும் போதும் 'எரிதல்' நடக்கிறது. அந்த எரிதலின்போது தோன்றும் சூடான வாயுக்கள்தான் இன்ஜின் உறுப்புகளை இயக்க வைக்கின்றன.

தொழில் புரட்சியின் விளைவாக ஏற்பட்ட நவீன கண்டுபிடிப்புகளைத் தொடர்ந்து நிலக்கரியையும், கச்சா எண்ணெயிலிருந்து பிரித்தெடுக்கப்படும் பெட்ரோல், மண்ணெண்ணெய், டீசல், உலை எண்ணெய் ஆகியவற்றையும் வெவ்வேறு வகைகளில் எரிக்க ஆரம்பித்தனர். பின்னர் எரிவாயுவும் (அடிப் படையில் மீத்தேன் வாயு) சேர்ந்துகொண்டது.

நிலக்கரி, (இதில் லிக்னைட் எனப்படும் பழுப்பு நிலக்கரியையும் சேர்த்துக் கொள்ள வேண்டும்) கச்சா எண்ணெய், எரிவாயு ஆகிய எரிபொருட்கள் அனைத்தும் நிலத்துக்கு அடியிலிருந்து (கடலுக்கு அடியில் உள்ள நிலத்துக்கு அடியிலிருந்தும்) எடுக்கப்படுபவை. ஆங்கிலத்தில் இவற்றைப் புதைபடிவ எரிபொருள் (Fossil Fuels) என்று குறிப்பிடுகிறார்கள்.

நிலக்கரி, பெட்ரோல், டீசல் ஆகியவற்றின் உபயோகத்தைக் குறைக்க வேண்டும் என்று ஒரு புறம் வலியுறுத்தப்படும் அதே நேரத்தில் மறுபுறம் உலகில் புதிதாக வேறு எங்கேனும் இவை கிடைக்குமா என்ற தேடல் மும்முரமாக நடந்து வருகிறது. இதுவரை மனித நடமாட்டம் அதிகமாக இல்லாமல் இருந்த வட துருவப் பகுதிமீதும் இப்போது கண்வைக்க ஆரம்பித்திருக்கிறார்கள்.

* * * * *

# 9 நிலக்கரியின் ஆக்கிரமிப்பு

சுமார் 300 ஆண்டுகளுக்கு முன்னர் லண்டன் மாநகராட்சி ஓர் உத்தரவு போட்டது. தெருவோர வீடுகளில் வசிப்பவர்கள் தெருவை ஒட்டிய தங்கள் வீட்டு ஜன்னல்களில் விளக்குகளைத் தொங்கவிட வேண்டும். அப்படிச் செய்யாவிட்டால் அபராதம் விதிக்கப்படும். இதுதான் அந்த உத்தரவு.

அப்போது தெரு விளக்குகள் கிடையாது. எனவே தெருக்களில் ஓரள வேனும் வெளிச்சம் இருக்க வேண்டும் என்பதற்காக இவ்வித நடவடிக்கை மேற்கொள்ளப்பட்டது. அக்காலகட்டத்தில் வீடுகளில் எண்ணெய் விளக்குகளே பயன்படுத்தப்பட்டன. அந்த விளக்குகளிலிருந்து கொஞ்சம் வெளிச்சமாவது தெருவில் விழுந்தால் போதுமே.

உலகில் அப்போது எல்லா நாடுகளிலுமே இவ்விதம் எண்ணெய் விளக்குகள் பயன்படுத்தப்பட்டன. வெவ்வேறான தாவர எண்ணெய்கள் இவ்விதம் பயன்படுத்தப்பட்டன. இவற்றில் இலுப்பெண்ணெய், நல்லெண்ணெய், விளக் கெண்ணெய், ஆலிவ் எண்ணெய் முதலியன அடங்கும். மீன், திமிங்கிலம் போன்றவற்றின் கொழுப்பும் எண்ணெய் போன்று பயன்படுத்தப்பட்டது.

இப்பின்னணியில் இங்கிலாந்தில் ஒரு பெரிய கண்டுபிடிப்பு நிகழ்ந்தது. அதாவது, நிலக்கரியைத் தக்கபடி பக்குவப்படுத்தி எரித்தால் அதிலிருந்து வாயு கிடைக்கும் என்று கண்டுபிடித்தார்கள். விளக்கெரிக்க அந்த வாயு பயன் படுத்தப்படலாயிற்று. இதைத் தொடர்ந்து தெருக்கள் நெடுக குழாய்கள் பதிக்கப்பட்டன. விளக்குத் தூண்கள் நிறுவப்பட்டன. இவ்விதமாக நிலக்கரி வாயு மூலம் எரியும் தெருவிளக்குகள் தோன்றின.

நகராட்சி ஊழியர் தினமும் மாலையில் நீண்ட குச்சியுடன் வந்து தெரு விளக்குகளை ஏற்றிவிட்டுப் போவார். மறுநாள் காலையில் இந்த விளக்குகளை அணைத்துவிட்டுப் போவார். வீடுகளிலும் நிலக்கரி வாயு பயன்படுத்தப் படலாயிற்று. இப்போது வீட்டுக்கு வீடு தண்ணீர் குழாய்கள் இருப்பதுபோல வீடுகளுக்கு நிலக்கரி வாயுவை அளிக்கும் குழாய்கள் அமைக்கப்பட்டன. வீடுகளில் நிலக்கரி வாயுவானது அடுப்பெரிக்கவும் குளிரைப் போக்குவதற்கான கணப்புக்கும் பயன்படுத்தப்பட்டது.

இங்கிலாந்தில் ஆலைகளுக்குள்ளேயும் இவ்வித நிலக்கரி வாயு விளக்குகள் பொருத்தப்பட்டன. இதனால் ஆலைகளில் பண்ட உற்பத்தி பெருகியது. விரைவில் ஐரோப்பா, அமெரிக்கா ஆகியவற்றில் நிலக்கரி வாயு தெருவிளக்குகள் பெருகின. குறிப்பாக, அமெரிக்காவில் இது காஸ் லைட்டிங் என்ற பெயரில் பெரிய தொழிலாக வளர்ந்தது. பெரும் முதலீட்டில் பெரிய கம்பெனிகள் தோன்றின.

இந்த நிலையில்தான் மின்சாரத் துறையில் தொடர்ந்து பல புதிய கண்டு பிடிப்புகள் நிகழ்ந்தன. மின்சாரத்தை உற்பத்தி செய்ய ஜெனரேட்டர்கள் தோன்றின. ஜெனரேட்டர்களைக்கொண்டு நிறைய மின்சாரம் உற்பத்தி செய்ய முடியும் என்று கண்டுபிடிக்கப்பட்டது. கண்டுபிடிப்புகளை உருவாக்கு வதில் மேதையாக விளங்கிய தாமஸ் ஆல்வா எடிசன் மின்சார பல்பைக் கண்டு பிடித்தார். மின் வினியோகத்துக்கான பல உபகரணங்களையும் உருவாக்கினார். தெருத்தெருவாக வீடுவீடாக மின்சாரத்தை அளித்துப் பெரும் சாதனை படைக்க முடியும், அத்துடன் பெரும் பணம் பண்ண முடியும் என்று அவர் கனவு கண்டார்.

அப்போது ஏற்கனவே நிலைபெற்றிருந்த, அத்துடன் பெரும் பணம் சம்பாதித்து வந்த காஸ் லைட் கம்பெனிகளிடமிருந்து எடிசனின் திட்டத்துக்குக் கடும் எதிர்ப்புக் கிளம்பியது.

இந்தப் போட்டி போதாதென எடிசனின் D.C மின்சாரத்துக்கும் எடிசன் போலவே மேதையாக விளங்கிய மற்றொரு பெரும் கண்டுபிடிப்பாளரான நிக்கோலா டெஸ்லாவின் A.C மின்சாரத்துக்கும் இடையே கடும் போட்டா போட்டி ஏற்பட்டது. இறுதியில் டெஸ்லா வென்றார்.

இங்கே இங்கிலாந்தில் ஏற்கனவே செய்யப்பட்ட ஒரு முக்கியக் கண்டுபிடிப்பு பற்றியும் குறிப்பிட்டாக வேண்டும். அதாவது, இயந்திரங்களை இயக்க நீராவியைப் பயன்படுத்த முடியும் என்பது அந்தக் கண்டுபிடிப்பு. கி.பி. 1712ஆம் ஆண்டு வாக்கில் நியூகாமன் என்பவர் நீராவியால் இயங்கும் இன்ஜினை அதாவது ஒரு இயந்திரத்தை உருவாக்கினார். அந்த இன்ஜின் அவ்வளவு சிறப்பாகச் செயல்படவில்லை. ஜேம்ஸ் வாட் பல இன்னல்களுக்கு இடையே அதைச் செம்மையாக்கித் திறம்பட இயங்கும் நீராவி இன்ஜினை (ரயில் இன்ஜின் அல்ல. அது பின்னர்தான் வந்தது) உருவாக்கினார்.

மனிதன் அல்லது விலங்கு செய்யும் வேலைகளை இயந்திரங்களைக்கொண்டு செய்யும் முறை இதன் மூலம் உலகில் உருவாகியது. இதற்கு உதவியது நிலக்கரியே. நிலக்கரியை எரித்தால் நீராவி கிடைக்கும். நீராவியைக்கொண்டு இயந்திரங்களை இயக்கலாம். முதலில் இந்த இன்ஜின் அப்போது பிரச்சினையை எதிர்ப்பட்டிருந்த நிலக்கரி எடுக்கும் தொழிலில்தான் பெரும் புரட்சியை ஏற்படுத்தியது. அதாவது, அது தண்ணீரை இறைக்கும் இன்ஜினாகும்.

நிலக்கரி நிலத்துக்கு அடியில் நல்ல ஆழத்தில் கிடைப்பதாகும். சுரங்கம் வெட்டித்தான் மேலே கொண்டுவர முடியும். இந்தச் சுரங்கங்களில் இயல்பாக நிலத்தடி நீர் பெருமளவுக்குத் தேங்கும்போது நிலக்கரியை எடுப்பது பெரும்பாடாக இருந்தது. நீரை வெளியேற்றுவது பெரும் பிரச்சினையாக இருந்தது. குதிரைகளைப்

பயன்படுத்தி இந்த நீரை வெளியே எடுத்து வந்தனர். நிலக்கரியால் அதாவது, நீராவியால் இயங்கும் இன்ஜின் கண்டுபிடிக்கப்பட்டதும் அது பெரும் வரப் பிரசாதமாக அமைந்தது. நீராவி இன்ஜின் மூலம் சுரங்கங்களிலிருந்து நீரை வெளியேற்றி நிலக்கரியை எடுப்பது எளிதாயிற்று.

பின்னர் ஜேம்ஸ் வாட்டின் இந்த இன்ஜின் மாவு அரைத்தல், பேப்பர் தயாரிப்பு, பருத்தி நெசவு, இரும்புத் தொழில் என பல தொழில்களும் வளர வழிவகுத்தது. இப்போது எல்லாத் தொழிற்சாலைகளிலும் மின்சார மோட்டார்கள் உள்ளதை அறிவோம். நீராவியால் இயங்கிய அன்றைய இன்ஜின்கள் இன்றைய மின்சார மோட்டார்களின் பணியைச் செய்தன.

பின்னர் இங்கிலாந்தைச் சேர்ந்த ஜார்ஜ் ஸ்டீபன்சன் ரயில் இன்ஜினை உருவாக்கினார். இது போக்குவரத்துத் துறையில் பெரும் புரட்சியை ஏற்படுத்தியது. மொத்தத்தில் இந்தக் கண்டுபிடிப்புகள் இங்கிலாந்தில் தொழில் புரட்சிக்கு வித்திட்டன. தொழில் புரட்சி ஐரோப்பிய நாடுகளுக்கும், அமெரிக்காவுக்கும் பரவியது. கப்பல் போக்குவரத்துக்கு நிலக்கரியைப் பயன்படுத்தும் நீராவி இன்ஜின் அமெரிக்காவில் அறிமுகப்படுத்தப்பட்டது.

இவையெல்லாம் சேர்ந்து பல நாடுகளிலும் நிலக்கரிக்கு அதிக கிராக்கியை ஏற்படுத்தின. நிலக்கரி உற்பத்தி அதிகரிக்கலாயிற்று.

பத்தொன்பதாம் நூற்றாண்டுக் கடைசி வாக்கில் நிலக்கரியை எரித்து நீராவியை உண்டாக்கி அதன் மூலம் மின்சாரத்தை உற்பத்தி செய்யும் முறை அறிமுகப்படுத்தப்பட்டது. சொல்லப்போனால் அமெரிக்காவில் எடிசன் நிறுவிய உலகின் முதலாவது மின்சார நிலையம் நிலக்கரியை எரித்து மின்சாரத்தை உற்பத்தி செய்தது. விரைவில் அமெரிக்காவிலும், ஐரோப்பிய நாடுகளிலும், அனல் மின்சார நிலையம் என்று அழைக்கப்படும் மின் உற்பத்தி நிலையங்கள் தோன்றின. மின்சார உற்பத்தியும் நிலக்கரி உற்பத்தியும் கைகோத்துக்கொண்டு முன்னேறின.

இதன் பலனாக மேலை நாடுகளில் ரயில் பாதைகள் போடப்பட்டன. சாலைகளும் அபிவிருத்தி கண்டன. குறிப்பாக, அமெரிக்காவில் புதிதாக ஏராளமான நிலங்களில் சாகுபடி மேற்கொள்ளப்பட்டது. பொதுவாக மக்களின் வாழ்க்கைத் தரம் உயரலாயிற்று.

இவ்விதம் மேலை நாடுகளில் பத்தொன்பதாம் நூற்றாண்டில் தொழில் புரட்சியால் ஏற்பட்ட பலன்கள் ஆசியாவிலும், ஆப்பிரிக்காவிலும் உள்ள நாடுகளை எட்டவில்லை. மாறாக, ஆசிய ஆப்பிரிக்க நாடுகளைக் கைப்பற்றி அவற்றைத் தங்களது காலனிகளாக்கிக்கொள்வதில் மேலை நாடுகள் முற்பட்டன. தங்களது உற்பத்திப் பொருட்களை விற்பனை செய்வதற்கு மேலை நாடுகளுக்கு இவ்விதம் காலனி நாடுகள் தேவைப்பட்டன. அதே சமயம் பருத்தி உட்பட பல மூலப்பொருட்களை மேலை நாடுகள் இந்தக் காலனி நாடுகளிலிருந்து மிகவும் குறைந்த விலையில் பெற்றன. எனவே காலனி நாடுகளைப் பிடிப்பதில் அவர்களிடையே போட்டா போட்டியும் போர்களும் மூண்டன. மேலை நாடுகளின்

காலனி நாடுகளாக ஆக்கப்பட்ட ஆசிய, ஆப்பிரிக்க நாடுகளில் பொருளாதார நிலைமைகள் முன்பைவிட மோசமாகின.

பின்தங்கிய நிலைக்குத் தள்ளப்பட்ட இந்தியா உட்பட ஆசிய, ஆப்பிரிக்க நாடுகளில் பலவும் இருபதாம் நூற்றாண்டின் மத்தியில் மேற்கத்திய ஏகாதிபத்திய ஆட்சியிலிருந்து ஒவ்வொன்றாக விடுதலை பெற ஆரம்பித்தன. மிக முன்னேறி வளர்ந்துவிட்ட மேலை நாடுகளுக்கும், பின்தங்கிய நிலைக்குத் தள்ளப்பட்ட ஆசிய, ஆப்பிரிக்க நாடுகளுக்கும் இடையிலான ஏற்றத்தாழ்வுகள் மேலும்மேலும் அதிகரித்தன.

விடுதலை பெற்ற இந்தியாவும் பிற நாடுகளும் முன்னேறிய நிலையைப் பெறுவதற்கு மேலை நாடுகளின் அதே தொழில்நுட்பத்தைப் பின்பற்றுவதில் ஈடுபட்டன. நிலக்கரிச் சுரங்கங்கள் தோண்டப்பட்டன. அனல் மின்நிலையங்கள் நிறுவப்பட்டன.

இன்று உலகில் பல நூறு அனல் மின்நிலையங்கள் செயல்பட்டுவருகின்றன. அந்த அளவில் உலகின் நிலக்கரி உற்பத்தியும் அதிகரித்துள்ளது. உலகில் நிலக்கரி உற்பத்தியில் முதலிடம் வகிப்பது சீனாவே. அமெரிக்கா இரண்டாம் இடத்தையும் இந்தியா மூன்றாம் இடத்தையும் வகிக்கின்றன. பூமியின் காற்று மண்டலத்தில் சேரும் கரியமிலவாயுவில் சுமார் 29 சதவீதம் அனல் மின்நிலையங்களால் வெளி யிடப்படுவதாகும்.

பூமியின் சராசரி வெப்பநிலை அதிகரிப்பதற்கு நிலக்கரி இன்று முக்கியக் காரணமாக இருக்கிறது. நிலக்கரியை எரிப்பதால் உலகில் முதன்முதலில் ஏற்பட்ட பிரச்சினை சுற்றுச்சூழல் பிரச்சினையே.

ஆரம்பக் காலத்து அனல் மின்நிலையங்கள் திறம்படச் செயல்படுபவையாக இருக்கவில்லை. தவிர, அவை பெரும் புகையைக் கக்குபவையாக இருந்தன. இங்கிலாந்து போன்ற மித வெப்ப நாடுகளில் அடிக்கடி பனிமூட்டம் உண்டு. அவ் வித நாட்களில் ஆலைகளின் புகை வானில் உயரே செல்வது தடுக்கப்பட்டு விடும். பனிமூட்டமும் புகையும் சேர்ந்துகொண்டால் பகலே இருளடைந்தது போலாகிவிடும். ஆங்கிலத்தில் இதை smog என்று கூறுவர். ஒரு சமயம் லண்டனில் இது கடும் பிரச்சினையை உண்டாக்கியது

1952ஆம் ஆண்டு டிசம்பர் 5ஆம் தேதி லண்டனில் கடும் குளிர் காலம். கிட்டத் தட்ட நீர் உறையும் அளவுக்கு நல்ல குளிர். அன்று வானில் சூரியனே தென்பட வில்லை. பொதுவாக, பனிமூட்டம் காரணமாகச் சூரியன் தெரியாவிட்டாலும் போதிய வெளிச்சம் இருக்கும். ஆனால் அன்றைய தினம் பகல் என்பது அநேகமாக இரவாக மாறியது. ஒரு மீட்டருக்கு அப்பால் என்ன இருக்கிறது என்பதே தெரியவில்லை. சாலைகளில் போக்குவரத்து ஸ்தம்பித்தது. வண்டியை ஓட்டிச்செல்ல இயலாது என்று கருதிய பலர் தங்களது கார்களைச் சாலைகளில் அப்படியே நிறுத்திவிட்டு வீட்டுக்கு நடந்து சென்றனர். ஆலைகளிலிருந்தும், கார், லாரி ஆகிய வாகனங்களிலிருந்தும் வெளிப்பட்ட புகை உயரே செல்லாமல் தரை மட்டக் காற்றில் கலந்த காரணத்தால் எங்கும் புகை மண்டலம். சுவாசிப்பதே

கஷ்டமாகியது. சாலைகளில் மட்டுமல்லாமல் வீடுகளிலும் இதே போன்ற நிலை. வெளியே செல்லத் துணிந்தவர்கள் முகத்தில் கைக்குட்டையால் மூடிக்கொண்டு நடந்து சென்றனர். சுவாசிக்கும் காற்றில் ஒரு வித நெடி. சினிமாக் கொட்டகைகளுக்குள்ளேயும் இதே போன்று புகை மூட்டம். திரையில் காட்சி களைக் காண இயலாது என்பதால் காட்சிகள் ரத்துசெய்யப்பட்டன. இசை நிகழ்ச்சிகளும் ரத்துசெய்யப்பட்டன. ரயில் சர்வீஸ் பாதிக்கப்பட்டது. விமான நிலையங்கள் மூடப்பட்டன. வழி தவறிவிடுவர் என்பதால் குழந்தைகளைப் பள்ளிகளுக்கு அனுப்ப வேண்டாம் என்று அறிவிக்கப்பட்டது.

பனிமூட்டத்துடன் புகையும் கலந்து நகரைக் கவ்வுவது என்பது லண்டனில் ஆண்டுதோறும் குளிர் காலத்தில் சில நாட்கள் நிகழ்வதுதான் என்றாலும் அன்றைய தினம் நிலைமை மிக மோசமாக இருந்தது. இது டிசம்பர் 9ஆம் தேதி வரை நீடித்தது. லண்டன் பெருநகர வரலாற்றிலேயே இது உண்மையில் 'இருண்ட' காலமாக அமைந்தது.

புகை கலந்த காற்றைச் சுவாசித்ததால் எண்ணற்றவர்கள் பாதிக்கப்பட்டனர். பலருக்கு மூச்சுத்திணறல் ஏற்பட்டது. பருவநிலை காரணமாக லண்டன் வட்டா ரத்தில் சுவாசக் கோளாறு என்பது சகஜம். 1952 டிசம்பரில் ஏற்பட்டது வரலாறு காணாத ஒன்று. லண்டனில் வழக்கமான கடும் பனிமூட்டம் ஏற்பட்ட சமயம் பார்த்து அப்பனிமூட்டத்துக்கு மேலே பெரிய மூடி போட்டது போல சற்றே வெப்பமான காற்று அசையாது நின்றது.

அதே நேரத்தில் தரைமட்டத்தில் குளிர்ந்த காற்று நிலவியது. சற்று சூடான காற்று தரைமட்டத்தில் இருந்தால் அது மேலே சென்றுவிடும். இது இயற்கையில் நிகழ்வது. தரைமட்டத்தில் குளிர் காற்று இருந்து அதற்கு மேலே வெப்பக் காற்று இருந்ததால் காற்று மேலே செல்ல வழி இல்லாமல் போய்விட்டது. இதனால் ஆலைப் புகை, வாகனப் புகை ஆகியவை பனிமூட்டத்துடன் சேர்ந்துகொண்டன. இதன் விளைவாகவே அசாதாரண வானிலை ஏற்பட்டது. இதை 'வான் அடைப்பு' என்றும் வர்ணிக்கலாம்.

லண்டன் நகரில் அந்த ஆண்டு டிசம்பர் 5ஆம் தேதி ஏற்பட்ட நிலைமையால் மூச்சுத்திணறல், மூச்சுக்குழல் நோய், நுரையீரல் பாதிப்பு போன்றவற்றால் மொத்தம் 4 ஆயிரம் பேர் மாண்டனர். அதைத் தொடர்ந்த வாரங்களிலும், மாதங்களிலும் மேலும் 8 ஆயிரம் பேர் உயிரிழந்தனர். உயிரிழந்தவர்களில் பெரும்பாலானோர் குழந்தைகள், வயதானவர்கள் அல்லது ஏற்கனவே நுரையீரல் கோளாறு கொண்டவர்கள்.

லண்டனில் இவ்விதம் 'வான் அடைப்பு' நிகழ்ந்த சமயத்தில் லண்டன் பெரு நகர வட்டாரத்தில் பல அனல் மின்நிலையங்கள் செயல்பட்டுக்கொண்டிருந்தன. பிரிட்டனுக்கு அக்காலகட்டத்தில் அந்நியச் செலாவணி வருமானம் மிகவும் தேவைப்பட்டதால் நல்ல தரமான நிலக்கரி வெளிநாடுகளுக்கு ஏற்றுமதி செய்யப்பட்டு, அனல் மின்நிலையங்களில் கந்தகம் அதிகம் அடங்கிய மட்ட ரக

நிலக்கரி பயன்படுத்தப்பட்டது. எனவே, இந்த அனல் மின்நிலையங்களிலிருந்து வெளிப்பட்ட புகை கந்தகம் அடங்கியதாக இருந்தது.

அந்த நாட்களில் வீடுகளில் குளிருக்கு இதமாக இருக்கும் பொருட்டு வீடு களுக்குள் அமைந்த கணப்புக்கும் இதே மட்ட ரக நிலக்கரி பயன்படுத்தப்பட்டது. வான் வழியே செல்ல வேண்டிய புகை அனைத்தும் தரைமட்டத்தில் மூடுபனி யுடன் சேர்ந்து கொண்டதால்தான் பட்டப்பகலில் இரவு போன்ற நிலை தோன்றியது. ஐரோப்பிய நாடுகளிலிருந்து மேற்கு நோக்கி வீசிய காற்றில் அடங்கிய அசுத்தப் பொருட்களும் லண்டன் நிலைமையை மோசமாக்கின.

எனினும், லண்டனில் ஏற்பட்ட நிலைமை காற்றில் அசுத்தக் கலப்பு சேர்ந்ததால் ஏற்பட்ட சுற்றுச்சூழல் பிரச்சினையாகும். சுற்றுச்சூழல் பிரச்சினை என்பது வேறு. பசுமைக் குடில் வாயுக்களால் ஏற்படும் பிரச்சினை என்பது வேறு.

பின்னர் சுற்றுச்சூழல் பிரச்சினையின் கடுமை உணரப்பட்டு காற்றில் அசுத்தக் கலப்பைத் தடுக்க இங்கிலாந்தில் 1956ஆம் ஆண்டிலும் அமெரிக்காவில் 1963ஆம் ஆண்டிலும் விசேஷ சட்டங்கள் நிறைவேற்றப்பட்டன.

இவற்றின் பலனாகக் காற்று மாசடைவது, குறிப்பாக, மேலை நாடுகளில் பெரிதும் குறைந்தது. மாசுக் கட்டுப்பாடு சட்டங்கள் காற்று மண்டலத்தில் கரியமிலவாயு மேலும்மேலும் சேருவதைக் கட்டுப்படுத்துவதாக இருக்கவில்லை. காற்று மண்டலத்தில் கரியமிலவாயு உட்பட பசுமைக் குடில் வாயுக்களின் சேர்மானத்தால் ஏற்படும் விபரீதம்பற்றி அக்காலகட்டத்தில் அவ்வளவாக உணரப்படவில்லை என்பது அதற்கு முக்கியக் காரணமாகும்.

இப்படியான நிலையில் உலகின் பல்வேறு நாடுகளிலும் தொடர்ந்து நிலக்கரி உபயோகம் அதிகரித்தது. அதன் விளைவாக காற்று மண்டலத்தில் கரியமிலவாயு சேர்மானம் அதிகரித்துக்கொண்டே போயிற்று.

நிலக்கரியை எரிப்பதால் பல வகைகளிலும் சுற்றுச்சூழல் பாதிக்கப்படுகிறது. அனல் மின்நிலையங்களின் புகைக் குழாய்களிலிருந்து வெளிப்படும் வேறு வகை வாயுக்கள், நுண்ணிய சாம்பல் போன்றவை உடலுக்குக் கேடு விளைவிக்கக் கூடியவை. நிலக்கரியை எரிப்பதால் ஏற்படும் அமில மழை இன்னொரு பிரச்சினையாகும். இவையெல்லாம் நீண்ட பெரிய கதை.

இந்தியாவில் சுற்றுச்சூழலைப் பாதுகாக்கப் பலவிதச் சட்டங்கள் இருந்த போதிலும் சுற்றுச்சூழல் இன்னமும் பெரிய பிரச்சினையாக உள்ளது.

இது ஒரு புறம் இருக்க, புவியின் வெப்பம் ஆண்டுதோறும் மெல்ல அதிகரித்து வருவதில் நிலக்கரிதான் பிரதான வில்லனாக விளங்குகிறது. ஆனால் உலகில் நிலக்கரி உற்பத்தி அதிகரித்துவருகிறதே தவிர, எந்த நாடும் நிலக்கரி உற்பத்தியைக் குறைத்துக்கொள்ள முன்வரக் காணோம்.

ஜெர்மனியில் பசுமைக் கொள்கையைத் தனது மூச்சாகக் கொண்ட அரசு. அணுமின் நிலையங்களை அடுத்தடுத்து மூடி வருகிறது. ஆனால் நிலக்கரியைப் பயன்படுத்துகிற எந்த அனல் மின்நிலையத்தையும் மூடவில்லை. மாறாக

அணு மின்நிலையங்களை மூடுவதால் ஏற்படும் மின்சார இழப்பை ஈடுகட்ட ஜெர்மனி புதிதாகப் பல அனல் மின்நிலையங்களை நிறுவியுள்ளது.

இதில் வேடிக்கை என்னவென்றால் அணுமின் நிலையங்கள் கரியமில வாயுவை வெளியிடாதவை. அனல் மின்நிலையங்களோ கரியமிலவாயுவை வெளியிடுபவை. அணுமின் நிலைய ஆதரவாளர்கள் இதைச் சுட்டிக்காட்டியதற்கு ஜெர்மன் அரசு விளக்கம் அளிக்கையில் புதிய அனல் மின்நிலையங்கள் குறைந்த அளவில்தான் கரியமிலவாயு வெளிவிடுபவை என்று கூறியது. எனினும், சூரிய மின்சாரம், காற்றாலை மின்சாரம் ஆகியவற்றை ஜெர்மனி பெரும் அளவில் ஊக்குவிப்பதையும் குறிப்பிட்டாக வேண்டும்.

ஜப்பானில் வேறு ஒரு சூழ்நிலையில் ஒரு கட்டத்தில் அணுமின் நிலையங்கள் அனைத்தும் மூடப்பட்டன. இதன் ஒரு விளைவாக நிலக்கரிக்கும், எரிவாயுவுக்கும் புது மவுசு கிடைத்தது.

அமெரிக்காவில் 40 ஆண்டுகளுக்கும் மேலாக இயங்கிவரும், அத்துடன் நிலக்கரியைப் பயன்படுத்தி நிறையவே கரியமிலவாயுவை வெளியிடும் பழைய பாணி அனல் மின்நிலையங்களை மூடச் செய்வது பெரும்பாடாக உள்ளது.

இப்பின்னணியில்தான் கிரிபாட்டி நாட்டின் அதிபர், இனி புதிதாக நிலக்கரிச் சுரங்கங்களைத் திறக்கக் கூடாது என்றும், ஏற்கனவே இருக்கிற நிலக்கரிச் சுரங்கங் களை விரிவுபடுத்தக் கூடாது என்று உலக அளவில் தடை விதிக்கப்பட வேண்டும் என்றும் 2015ஆம் ஆகஸ்ட் மாதம் வேண்டுகோள் விடுத்தார்.

ஆனால் உலகில் எந்த நாடும் இந்த வேண்டுகோளை ஏற்கும் என்று தோன்றவில்லை. மின்சார உற்பத்திக்கு இப்போதுள்ள அளவில் நிலக்கரியை விட்டால் வேறு வழியில்லை. சூரிய ஒளி மூலமும் காற்றைப் பயன்படுத்தியும் மின்சாரத்தை உற்பத்தி செய்ய உலகில் இப்போது பெரிய அளவில் நடவடிக்கை மேற்கொள்ளப்பட்டுள்ளது என்றாலும் அவற்றால் நிலக்கரியின் இடத்தை இப்போதைக்குப் பிடித்துக்கொள்ள முடியாது என்றே சொல்லலாம்.

* * * * *

# 10 எண்ணெயால் வந்த வினை

ஏதோ ஒரு பிராந்தியத்தில் திடீரென பெட்ரோல், டீசல் கிடைக்காமல் போனால் கார்கள், ஆட்டோக்கள் ஓடாது. இருசக்கர வாகனங்கள் ஓடாது. டீசல் கையிருப்பு இல்லை என்றால் பஸ்கள் ஓடுவதும் சந்தேகமாகிவிடும். டீசலினால் இயங்கும் ரயில் வண்டிகளுக்கும் பிரச்சினை ஏற்படலாம். பொதுவாக அன்றாட வாழ்க்கை ஸ்தம்பித்துவிடும். இந்த இரு எரிபொருட்களும் அன்றாட வாழ்க்கையில் மட்டுமின்றி நாட்டின் பொருளாதாரத்திலும் முக்கியப் பங்குவகிக்கின்றன.

பெட்ரோலும் டீசலும் பெட்ரோலியக் குடும்பத்தின் முக்கிய ‘உறுப்பினர்கள்’. குரூட் ஆயில் எனப்படும் கச்சா எண்ணெயிலிருந்துதான் பெட்ரோல், டீசல், மண்ணெண்ணெய், உலை எண்ணெய் முதலிய எண்ணெய்கள் பிரித்தெடுக்கப் படுகின்றன. கச்சா எண்ணெயை சூடேற்றும்போது வாயுவாக மாறி அடுத்தடுத்த கட்டங்களில் வெவ்வேறான எண்ணெய்கள் கிடைக்கின்றன. எண்ணெய் சுத்திகரிப்பு ஆலைகளில் இவ்விதம் பெட்ரோல், டீசல், மண்ணெண்ணெய், உலை எண்ணெய், மசகு எண்ணெய் முதலியன உற்பத்தி செய்யப்படுகின்றன. இவற்றின் உற்பத்தியின்போது கிடைப்பதுதான் சமையல் வாயு. நல்ல அழுத்தத்தைச் செலுத்தும்போது அது திரவமாகிவிடுகிறது. சமையல் வாயு சிலிண்டருக்குள் அந்த வாயு திரவ வடிவில் இருக்கிறது.

கச்சா எண்ணெயைச் சுத்திகரிக்கும்போது கடைசியில் திடப் பொருட்கள் மிஞ்சும். இவற்றிலிருந்து சுமார் 6000 வகையான பொருட்கள் பெறப் படுகின்றன. உரம், மெழுகு, வாசனைப் பொருட்கள், பூச்சி மருந்துகள், மருந்துப் பொருட்கள், பிளாஸ்டிக் வகைப் பொருட்கள் முதலியவை இவற்றில் அடங்கும்.

இவற்றுக்கெல்லாம் மூலப்பொருளான கச்சா எண்ணெய் நிலத்துக்கு அடியில் உள்ள ஊற்றுகளிலிருந்து கிடைக்கிறது. நிலப் பகுதியில் மட்டுமின்றி, கடல்களின் கரையோரம் கடலடித் தரைக்கு அடியிலும் இவ்வித ஊற்றுகள் உள்ளன. உலகில் கச்சா எண்ணெய் எடுப்பதில் பன்னாட்டு நிறுவனங்கள் உலக அளவில் ஆதிக்கம் செலுத்துபவை. இவை மிகுந்த அரசியல் செல்வாக்குக் கொண்டவை.

பெட்ரொல், டீசல், மண்ணெண்ணெய் போன்றவை கார்பனும் ஹைட்ரஜனும் அடங்கியவை. எனவே பெட்ரோல், டீசல், இயற்கை எரிவாயு போன்றவற்றை ஆங்கிலத்தில் ஹைட்ரோகார்பன்ஸ் என்று சொல்வதுண்டு. கார், லாரி, டிராக்டர், ரயில் இன்ஜின் போன்றவற்றில் இவற்றைப் பயன்படுத்தும்போது கரியமிலவாயு உற்பத்தியாகிறது.

நிலக்கரி என்பதும் கார்பன். ஆகவே, நிலக்கரியை எரிக்கும்போதும் கரியமில வாயு தோன்றுகிறது. இப்போதெல்லாம் இயற்கை எரிவாயு (Gas) உலக அளவில் நிறையவே பயன்படுத்தப்படுகிறது. இதை எரித்தாலும் கரியமிலவாயு உற்பத்தி யாகிறது. எனினும், இந்த எரிபொருட்களிடையே கரியமிலவாயு வெளிப்பாடு விஷயத்தில் வித்தியாசம் உண்டு. நிலக்கரியை எரித்தால் நிறையக் கரியமிலவாயு வெளிப்படும். இயற்கை எரிவாயு விஷயத்தில் இது குறைவாக இருக்கும். பெட்ரோல், டீசல் முதலியன இந்த இரண்டுக்கும் நடுவில் உள்ளன.

சில நூற்றாண்டுகளுக்கு முன்னர் தரைமட்டத்தில் கிடைத்த கச்சா எண்ணெய் விளக்கெரிப்பது உட்பட சில காரியங்களுக்குப் பயன்படுத்தப்பட்டதற்கான ஆதாரங்கள் உள்ளன. ஆனால் பத்தொன்பதாம் நூற்றாண்டில்தான் பெட்ரோலிய யுகம் தோன்றியது.

அமெரிக்காவில் யேல் பல்கலைக்கழகத்தைச் சேர்ந்த பேராசிரியர் பெஞ்சமின் சிலிமான் 1854ஆம் ஆண்டில் கச்சா எண்ணெயிலிருந்து பெட்ரோல், டீசல் முதலிய பெட்ரோலியப் பொருட்களைப் பிரித்தெடுக்கும் முறையைக் கண்டுபிடித்தார்.

அதே காலகட்டத்தில் அமெரிக்காவில் பென்சில்வேனியா மாகாணத்தில் செர்ரிடிரீ என்னுமிடத்தில் உலகின் முதலாவது எண்ணெய்க் கிணறு தோண்டப் பட்டது. அங்கு சுமார் 21 மீட்டர் ஆழத்திலிருந்து வெற்றிகரமாகக் கச்சா எண்ணெய் மேலே எடுக்கப்பட்டது. இதைக் குறிக்கும் வகையில் இப்போது அங்கு ஒரு நினைவுச் சின்னம் நிறுவப்பட்டுள்ளது. இப்போதெல்லாம் பத்தாயிரம் மீட்டர் ஆழத்திலிருந்தும் கச்சா எண்ணெய் எடுக்கப்படுகிறது.

எனினும், கார் கண்டுபிடிக்கப்பட்டதற்குப் பிறகுதான் பெட்ரோலியத் தொழில் அமோகமாக வளர ஆரம்பித்தது. காரைக் கண்டுபிடித்ததில் பலருக்கும் பங்கு உண்டு என்றாலும், ஐரோப்பாவில் ஜெர்மன் நாட்டைச் சேர்ந்தவரான கார்ல் பிரிட்ரிஷ் பென்ஸ் 1886ஆம் ஆண்டில் உருவாக்கிய மூன்று சக்கர கார் உருப்படியாக அமைந்தது. அப்போது அது பெடல் இல்லாத சைக்கிள் ரிக்ஷா போன்று காட்சி அளித்தது.

அவர் உருவாக்கிய காரைப் பார்த்தால் இதுவா கார் என்று வியக்கத் தோன்றும். சரியாகச் சொல்வதானால் குதிரை போன்ற விலங்கின் தேவையின்றி இயந்திரம் மூலம் தானாக ஓடும் வாகனத்தை அவர் உருவாக்கியதாகக் கூறலாம். காருக்குத் தானாக ஓடும் வாகனம் என்ற பொருளில் ஆட்டோமொபைல் என்ற ஆங்கிலச் சொல் இவ்விதமாகத்தான் உருவாகியது. பின்னர் மேலும்மேலும் செம்மையான கார்கள் உருவாக்கப்பட்டன.

ஆனாலும் ஆரம்பக் கட்டங்களில் கார் ஓரளவு வசதி படைத்தவர்களாலும் வாங்க இயலாது என்ற அளவில் அதிக விலை கொண்டதாக இருந்தது. எனினும், அமெரிக்காவில் ஹென்றி ஃபோர்ட் 1914ஆம் ஆண்டில் தமது 'T' மாடல் காரை அறிமுகப்படுத்தியபோது பெரும் புரட்சிக்கு வித்திட்டவரானார்.

அவர் அறிமுகப்படுத்திய காரின் விலை அதற்கு முன்னர் விற்கப்பட்ட காரின் விலையில் கால் பங்காக இருந்தது. அவர் தனது தொழிற்சாலையில் அறிமுகப் படுத்திய நவீன உற்பத்தி முறைகளின் பலனாக உற்பத்திச் செலவு குறைந்ததால் சாதாரண மக்களும் காசு கொடுத்து வாங்கக்கூடிய விலையில் அவரால் கார்களை விற்க முடிந்தது. ஹென்றி ஃபோர்டின் கார் வந்த பிறகு ஆறே ஆண்டுகளில் கார் விற்பனை 80 லட்சமாக உயர்ந்தது. அடுத்த 10 ஆண்டுகளில் இரண்டு கோடியைத் தாண்டியது.

கார்ல் பென்ஸ் உருவாக்கிய மூன்று சக்கர கார். படம் விக்கிபிடியா

கார் விற்பனை பெருகியதால் கார்களுக்கான உறுப்புகளைத் தயாரித்து அளிக்கும் நிறுவனங்கள் நிறையத் தோன்றின. இரும்பு உருக்கு உற்பத்தி அதிகரித்து, இத்தொழில்கள் வளர்ந்தன. பெட்ரோலியத் தொழில் செழித்தது. இவையெல்லாம் ஏராளமான பேருக்கு வேலை வாய்ப்பை ஏற்படுத்தின.

விரும்பும் நேரத்தில் எங்கு வேண்டுமானாலும் கார் மூலம் செல்ல முடியும் என்ற நிலை காரணமாகச் சுற்றுலாத் தொழில் பெருகியது. அமெரிக்க அரசு தன் பங்குக்கு ஏராளமான சாலைகளைப் போட்டது. கார்களில் செல்வோர் பெருத்ததால் சாலையோரச் சிற்றுண்டிச் சாலைகள் முளைத்தன. அவர்களுக்கு ஏற்ற வகையிலான ஆயத்த உணவுகள் தயாரிக்கப்பட்டன. நகரங்களுக்கு வெளியே பிரம்மாண்டமான பேரங்காடி வளாகங்கள் தோன்றின. இப்படி வரிசையாக அடுக்கிக்கொண்டே போகலாம்.

ஹென்றி ஃபோர்டு உருவாக்கிய T மாடல் கார்

கார்கள் தோன்றியதைத் தொடர்ந்து பல்வேறு சரக்குகளை ஏற்றிச் செல்வதற்கான சரக்கு வாகனங்களும், பயணிகள் செல்வதற்கான பேருந்துகளும் உருவாக்கப்பட்டன. ரயில் வண்டிகளை இயக்குவதற்கான நீராவி இன்ஜின் களுக்குப் பதில் டீசலால் இயங்கும் ரயில் இன்ஜின்களும் தோன்றின. பின்னர் விமானங்களும் வந்தன.

கார் புரட்சி அமெரிக்காவில் சொகுசு வாழ்க்கைக்கு வகைசெய்தது. இன்னமும் சரி, பிற நாடுகளுடன் ஒப்பிடுகையில் அமெரிக்காவில் பெட்ரோல் விலை மலிவு. உலகில் பெட்ரோல், டீசல் மீதான வரி மெக்சிகோவுக்கு அடுத்தபடியாக அமெரிக்காவில்தான் மிகவும் குறைவு. எனவே அமெரிக்காவில் ஒரு குடும்பத்தில் இரண்டு கார்கள் இருப்பது சகஜம்.

இந்தியாவிலிருந்து அமெரிக்காவுக்கு மேல்படிப்புக்குச் செல்லும் மாணவர் களும் கார் வைத்துக்கொள்ள முடியும் என்ற நிலை உள்ளதிலிருந்து அமெரிக்காவில் எந்த அளவுக்கு பெட்ரோல் விலையும் அத்துடன் (பழைய) கார் விலையும் மலிவாக உள்ளன என்பதைப் புரிந்துகொள்ளலாம். அமெரிக்காவைத் தொடர்ந்து ஓரளவில் ஐரோப்பிய நாடுகளிலும் கார்களின் எண்ணிக்கை பெருத்தது.

அமெரிக்காவில் கார்களின் எண்ணிக்கை மட்டுமின்றி லாரிகள், வேன்கள் மற்றும் இதர வகையான மோட்டார் வாகனங்களின் எண்ணிக்கையும் விரைவாக அதிகரித்தது. விதவிதமான சரக்கு வாகனங்கள் தோன்றின. அமெரிக்காவைப் பற்றி

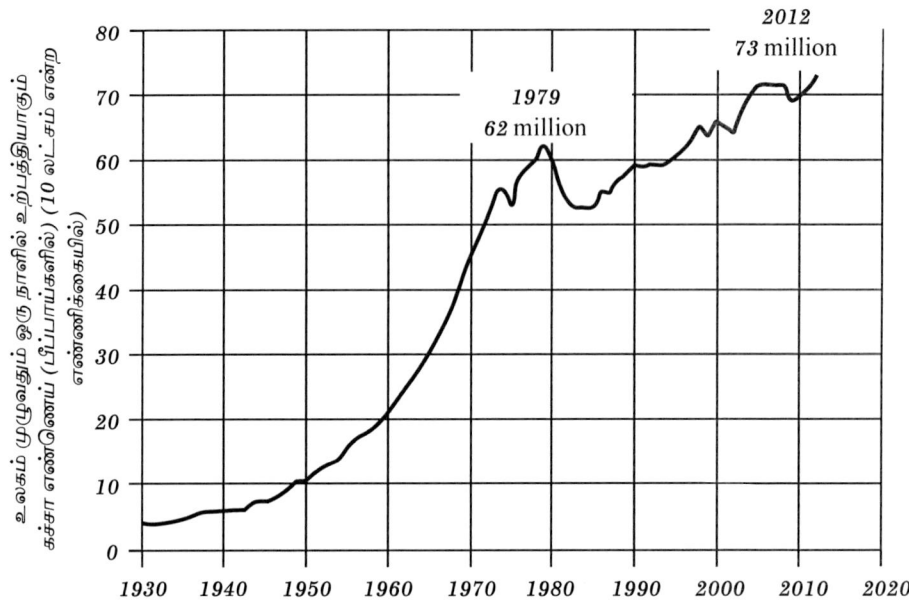

**உலகில் பெட்ரோலிய கச்சா எண்ணெய் உற்பத்தி அதிகரித்து வந்துள்ளதைக் காட்டும் வரிவரைபடம்.**

Source: http://www.lauriemeadows.info/economy/State_of_our_oil_supply.html

இவ்வளவு விவரமாகக் கூறுவதற்குக் காரணம் இருக்கிறது. தங்கள் நாட்டில் மக்களின் வாழ்க்கைத்தரத்தை உயர்த்த விரும்பும் ஒவ்வொரு நாடும் அமெரிக்காவையே முன்னுதாரணமாகக் கொள்கிறது. இந்தியாவில் நாமும் அதைத்தான் இப்போது செய்துகொண்டிருக்கிறோம். அதன் விளைவாகத்தான் இந்தியாவில் இவ்வளவு கார் ஆலைகள், இவ்வளவு வாகனங்கள், உலகில் மின்சார உற்பத்திக்கு நிலக்கரிக்கு மாற்றாக சூரிய ஒளியும், காற்றாலைகளும் தோன்றியுள்ளன. ஆனால் கார் மற்றும் லாரிகளையும் இயக்கும் பெட்ரோலுக்கும் டீசலுக்கும் எளிய மாற்றுப் பொருள் கிடைத்துவிட்டதாகச் சொல்ல முடியாது. மின்சாரத்தால் இயங்கும் கார்கள் உருவாக்கப்பட்டு இங்குமங்குமாகப் பயன்படுத்தப்பட்டுவந்தபோதிலும் பெரிய அளவில் பயன்பாட்டுக்கு வருவதில் பல நடைமுறைப் பிரச்சினைகள் உள்ளன. இத்துடன் ஒப்பிட்டால் நாடுகள் இடையிலான விமானப் போக்குவரத்தில் தாவர எண்ணெய்களின் உபயோகம் வேகமாக முன்னேறிவருவதாகக் கூறலாம்.

எனினும், இன்றைய நிலையில் நிலக்கரி உபயோகம் மற்றும் பெட்ரோல், டீசல் ஆகியவற்றின் உபயோகம் பெரிய அளவில் தொடர்ந்து நீடித்துவருகிறது.

இதன் பலனாகக் காற்று மண்டலத்தில் எவ்வளவு கரியமிலவாயு சேர்ந்துள்ளது என்று ஒருவர் கணக்கிட்டுக் கூற முற்பட்டபோதுதான் பிரச்சினையின் பரிமாணம் வெளிப்பட்டது.

* * * * *

## 11 கீலிங் கிழித்த கோடு

**கா**ற்று மண்டலத்தில் பொதுவாக, கரியமிலவாயு எந்த அளவுக்கு இருக்கிறது என்று எப்படி அளப்பது? அது ஒன்றும் பெரிய பிரச்சினை அல்ல. பத்து லட்சம் லிட்டர் பிடிக்கக்கூடிய ஒரு பெரிய அண்டாவைத் தயார்செய்து ஏதேனும் ஓர் இடத்தில் வைக்க வேண்டும். நீங்கள் எதுவும் செய்ய வேண்டாம். காற்று அந்த அண்டாவுக்குள் தானாக நுழையும். பிறகு அண்டாவின் வாயை மூடிவிட்டு அந்த அண்டாவுக்குள் இருக்கும் காற்றில் கரியமிலவாயு எவ்வளவு பங்கு இருக்கிறது என்பதைக் கணக்கிட வேண்டும். அந்த அண்டாவுக்குள் கரியமிலவாயு 320 லிட்டர் அளவுக்கு இருப்பதாக வைத்துக்கொள்வோம். இதைச் சுருக்கமாக 320 ppm என்று குறிப்பிடலாம். அதாவது ppm என்றால் பத்து லட்சத்தில் இருக்கும் பங்கு (parts per million) என்று அர்த்தம். இருபது சதவீதம், நாற்பது சதவீதம் என்று சொல்வதுபோல இதுவும் ஒரு கணக்கு முறை.

காற்று மண்டல கரியமிலவாயுவை அளக்க இந்த ppm முறைதான் உலகெங்கிலும் பின்பற்றப்படுகிறது. ஆகவே, ppm எதைக் குறிக்கிறது என்பதை நீங்கள் நன்கு நினைவில் வைத்துக்கொண்டால் புவி வெப்ப அதிகரிப்பு பற்றி அவ்வப்போது வெளிவரும் செய்திகளை எளிதில் புரிந்துகொள்ள முடியும்.

2016ஆம் ஆண்டு டிசம்பர் 8ஆம் தேதி நிலவரப்படி காற்று மண்டலத்தில் கரியமிலவாயு அளவு 404 ppm என்று கணக்கிடப்பட்டுள்ளது. ஆனால் சுமார் 200 ஆண்டுகளுக்கு முன்னர் இது 280 ppm ஆக இருந்தது. ஆக, கரியமிலவாயு அளவு நிறையவே அதிகரித்துள்ளது என்பது தெளிவு.

அமெரிக்காவைச் சேர்ந்த சார்லஸ் டேவிட் கீலிங் (1928-2005) ஒரு வேதியியல் பேராசிரியர். அவர்தான் இந்தக் கணக்கு முறையை உருவாக்கினார். காற்று மண்டலத்தில் கரியமிலவாயு அளவு அதிகரித்துவருகிறது என்று கெல்லண்டர் 1938ஆம் ஆண்டில் கூறியிருந்தார் என்றாலும் அதன் பின்னர் யாரும் இந்த விஷயத்தைப் பெரிதாக எடுத்துக்கொள்ளவில்லை.

அது மட்டுமின்றி, யாரும் காற்று மண்டலத்தில் கரியமிலவாயு எந்த அளவுக்கு அதிகரித்துவருகிறது என அளவிட முற்படவில்லை. அதற்கான கருவிகளும் அப் போது கிடையாது. டேவிட் கீலிங்தான் முதல் முறையாக இதில் ஈடுபட்டார். இதற்கென அவர் தாமாக விசேஷக் கருவிகளை உருவாக்கிக்கொண்டார். அதைவிட அவரது முக்கிய சாதனை பலரின் விமர்சனங்களைப் பொருட்படுத்தாமல்

தொடர்ந்து பல ஆண்டு காலம் இவ்விதம் கரியமிலவாயு சேர்மானத்தை அளவிட்டுவந்தார் என்பதாகும். 1958ஆம் ஆண்டில் அவர் தொடங்கிய அப்பணி அவரது மறைவுக்குப் பிறகு இன்னமும் நீடிக்கிறது.

இன்று கரியமிலவாயு சேர்மானம் பற்றிய உலக அளவிலான எந்த விவாதத்திலும் கீலிங் ஏற்படுத்திச் சென்ற அளவீட்டு முறைதான் மேற்கோள் காட்டப்படுகிறது. அவர் உருவாக்கிய கருவிகள், அவர் பின்பற்றிய முறை ஆகியன உலகத்தரம் வாய்ந்தவை என்பதையே இது காட்டுகிறது.

தமது இந்த அளவீட்டுப் பணியில் கீலிங் அவ்வப்போது பிரச்சினைகளைச் சமாளிக்க வேண்டியிருந்தது. அவரது ஆராய்ச்சிக்கு நிரந்தர அடிப்படையில் நிச்சயமான நிதி ஒதுக்கீடு இருக்கவில்லை என்பது பெரிய பிரச்சினையாக இருந்தது. 1964ஆம் ஆண்டில் மூன்று மாத காலம் பணி தடைப்பட்டது. பின்னர், அந்த ஆண்டிலிருந்து நிலையான நிதி ஒதுக்கீடு கிடைக்க ஆரம்பித்தது. பிறகு 1970ஆம் ஆண்டில் அமெரிக்க அரசு நிறுவிய தேசியக் கடலியல் மற்றும் காற்று மண்டல நிர்வாகம் (National Oceanic and Atmospheric Administration) என்ற அமைப்பு இப்பணியைத் தொடர்ந்து மேற்கொள்ள முற்பட்டது. இந்த அமைப்பு சுருக்கமாக NOAA என்று குறிப்பிடப்படுகிறது.

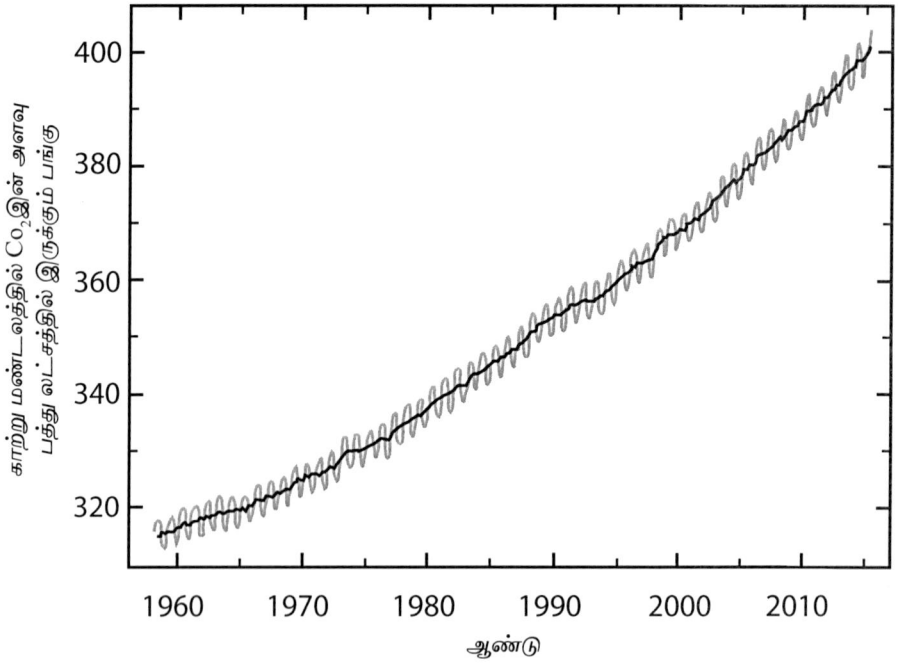

மௌனா லோவா வானிலை ஆய்வுக்கூடத்தில் பதிவுசெய்யப்பட்டபடி, காற்று மண்டலத்தில் கரியமிலவாயுவின் அளவு

Source: http://www.esrl.noaa.gov/gmd/obop/mlo/

கரியமிலவாயு சேர்மானம் தொடர்ந்து அதிகரித்துவருவதை இந்த வரிவரை படம் காட்டுகிறது. படத்தில் தொடர்ந்து மேலே செல்லும் கோடுதான் கீலிங் கோடு எனப்படுகிறது. கீலிங்கின் முழுப் பெயர் சார்லஸ் டேவிட் கீலிங். இளம் வயதில் படிப்பில் கெட்டிக்காரராக விளங்கினார். வேதியியலில் டாக்டர் பட்டம் பெற்ற பின் கலிபோர்னியா தொழில்நுட்பக் கழகத்தில் 1954ஆம் ஆண்டு முதல் 1956ஆம் ஆண்டுவரை புவிவேதியியல் ஆராய்ச்சியாளராகப் பணியாற்றினார். அங்குதான் அவர் காற்றில் கரியமிலவாயு எந்த அளவுக்கு உள்ளது என்பதை மிகத் துல்லியமாகக் கணக்கிட்டுக் கூறுகின்ற கருவிகளை உருவாக்கினார்.

1956ஆம் ஆண்டில் அவர் ஸ்கிரிப்ஸ் கடலியல் ஆராய்ச்சிக் கழகத்தில் சேர்ந்தார். ஸ்கிரிப்ஸ் கழகம் உலகப் பிரசித்தி பெற்றது. இது கடலியல் ஆராய்ச்சியில் மட்டுமின்றி, காற்று மண்டல ஆராய்ச்சி, புவி தொடர்பான ஆராய்ச்சி ஆகிய வற்றிலும் ஈடுபட்டிருக்கிறது.

இந்த ஆராய்ச்சிக்கூடத்தில் சேர்ந்து ஆராய்ச்சியில் ஈடுபடுவதற்குமுன் கீலிங் முதலில் தமது நுட்பமான கருவிகளை எடுத்துக்கொண்டு கலிபோர்னியா மாகாணத்தில் உள்ள மலைகளுக்குச் சென்று அங்கு காற்றில் கரியமிலவாயு எந்த அளவுக்கு உள்ளது என்று ஆராய முற்பட்டார். ஆனால் எதிர்க் காற்று வீசியபோது அருகே உள்ள பெரிய நகரங்களிலிருந்து கரியமிலவாயு அதிகம் அடங்கிய காற்று வந்தது. இதன் காரணமாக ஆராய்ச்சிக் கருவிகளில் அசாதாரண அளவீடுகள் பதிவாகின. இதைத் தொடர்ந்து அவர், தமது ஆராய்ச்சியானது நகரங்கள், மக்கள் பெருக்கம் மிகுந்த இடங்கள் ஆகியவற்றிலிருந்து மிகவும் தள்ளி, தொலைவில் நடைபெற வேண்டும் என்று உணர்ந்தார். எனவே அமெரிக்காவுக்கு மேற்கே பசிபிக் கடலின் நடுவே அமைந்த ஹவாய் தீவுகளில் உள்ள மௌனா லோவா சிகரம் தேர்ந்தெடுக்கப்பட்டது. இது கடல்மட்டத்திலிருந்து 3397 மீட்டர் உயரத்தில் அமைந்துள்ளது. இது பெரிய நகரங்களிலிருந்து மிகவும் தள்ளி அமைந்துள்ளது. எனவே உலக அளவில் நம்பகமான சராசரி அளவைக் கணக்கிட இது உகந்த இடமாகக் கருதப்படுகிறது.

மௌனா லோவாவில் 1956ஆம் ஆண்டிலிருந்து தொடர்ந்து கரியமிலவாயு அளவு தினமும் பதிவு செய்யப்பட்டுவருகிறது. அந்த ஆண்டில் கரியமிலவாயு அளவு 315 ppm ஆக இருந்தது. ஆனால் இது 2013ஆம் ஆண்டு மே 26ஆம் தேதி முதல் தடவையாக 400ஐத் தாண்டியது. மேற்கத்திய நாடுகளில் 1700களில் தொழிற்புரட்சி தொடங்கியபோது காற்று மண்டலத்தில் கரியமிலவாயு அளவு 280ஆகத்தான் இருந்தது. தொழிற்புரட்சியின் விளைவுகளால் அது மெல்ல உயர ஆரம்பித்தது. பூமியின் 8,00,000 ஆண்டு வரலாற்றில் ஒருபோதும் கரியமிலவாயுவின் அளவு 300ஐத் தாண்டியது கிடையாது. இப்போதோ 400க்கும் அதிகமாக உள்ளது.

மௌனா லோவா கண்காணிப்பு நிலையத்தில் சேகரிக்கப்பட்ட தகவல்கள் வரிவரைபடமாக வெளியிடப்பட்டுவருகின்றன.

அருகே படம் காண்க. செங்குத்துக் கோடு கரியமிலவாயு அளவைக் குறிப்பதாகும். கிடைமட்டக் கோடு ஆண்டுகளைக் குறிப்பதாகும்.

இந்தத் தகவல்களை வரைபடமாக அளிப்பதில் சாதகங்கள் உண்டு. பார்த்த வுடன் சட்டென்று புரியும். மேற்படி படத்தில் கோடு ஒரே கோடாக இல்லாமல் ரம்பத்தின் பற்களைப்போல மேலும்கீழுமாக இறங்கி ஏறிச் செல்வதைக் காண லாம். இதற்குக் காரணம் உண்டு. பூமியின் நடுக்கோட்டுப் பகுதிக்கு மேலே தான், அதாவது, வட கோளார்த்தத்தில்தான் நிலப்பரப்பு அதிகம். அதனால் வட கோளார்த்தத்தில்தான் விவசாயம் அதிகம். எனவே, வட கோளார்த்தத்தில் குளிர் காலம் நீங்கியவுடன் ஏராளமான நிலங்களில் பயிர்ச் சாகுபடி மேற்கொள்ளப் படும். பயிர்கள் அனைத்தும் இயல்பாகக் காற்று மண்டலத்திலிருந்து நிறையக் கரியமிலவாயுவை எடுத்துக்கொள்ளும். அந்த அளவில் வட கோளார்த்தத்தில் பயிர்ச் சாகுபடி உச்சகட்டத்தில் இருக்கும்போது காற்று மண்டலத்தில் கரிய மிலவாயு அளவு சற்றே குறைவாக இருக்கும். வட கோளார்த்தத்தில் மறுபடி குளிர் காலம் வரும்போது கரியமிலவாயு சேர்மானம் அதிகரிக்கும். ஆகவே தான் வரிவரைபடத்தில் ரம்பத்தின் பற்கள் போல அக்கோடு ஏறுவதும் இறங்குவதுமாக இருக்கிறது. அந்தந்த வருடத்தில் கரியமிலவாயு அளவு ஏறுவதையும் இறங்குவதையும் அந்த ரம்ப வடிவம் காட்டுகிறது.

சரி, மௌனா லோவா சிகரத்தில் கண்காணிப்பு நிலையம் அமைக்கப்பட்டதற்கு முன்னர், பூமியின் கடந்த கால வரலாற்றில் $Co_2$ அளவு என்னவாக இருந்தது என்பது நமக்கு எப்படித் தெரியும் என்று கேட்கலாம்.

பூமியின் தெற்கு முனையில் அண்டார்டிகா என்ற கண்டம் இருக்கிறது. அது ஆஸ்திரேலியாவைப்போல இரண்டு மடங்கு பெரியது. அங்கு யாரும் நிரந்தரமாக வசிப்பது கிடையாது. அண்மைக் காலமாகத்தான் அண்டார்டிகா கண்டத்தின் விளிம்புகளில் ஆராய்ச்சி நிலையங்கள் நிறுவப்பட்டுள்ளன. நிரந்தரமாகப் பனிக்கட்டியால் மூடப்பட்ட அண்டார்டிகாவில் பல இடங்களிலும் இரண்டு கிலோமீட்டர் ஆழத்துக்குத் தோண்டினாலும் பனிக்கட்டிதான் இருக்கும். அந்தப் பனிக்கட்டிகளின் மாதிரிகளை வெளியே எடுத்து ஆராய்ந்தால் கடந்த காலத்தில் இருந்த காற்று மண்டல நிலைமைகள் உட்பட பூமியைப் பற்றிய பல தகவல்கள் கிடைக்கும். இக்கண்டத்தின் பனிக்கட்டிகளில் இவை இயற்கையாகவே நிரந்தரமாகப் பதிவுசெய்து வைக்கப்பட்டுள்ளன.

இதைச் சற்று விளக்க வேண்டும். உதாரணமாக, எட்டு லட்சம் ஆண்டுகளுக்கு முன்னர் அங்கு படிந்த பனி கெட்டிப்பட்டு இருக்கும். அதன் பிறகு படிந்த பனிக்கட்டியும் இதேபோல கெட்டிப்பட்டிருக்கும். இப்படியாக ஒவ்வொரு அடுக்கிலும் பூமியில் அப்போது நிலவிய நிலைமைகள் பதிவாகி அப்படியே இருக்கின்றன. ஆதிகாலத்துப் பனித் துகள்களின் மாதிரிகளை எடுக்க நிபுணர்கள் பள்ளம் தோண்டுவதில்லை. ஆழ்குழாய் போடுவதற்குக் குழாய்களை இறக்குவதுபோல அண்டார்டிகாவின் நிலப்பரப்பில் குழாய்களை இறக்குகின்ற னர். பிறகு அக்குழாய்களை மேலே எடுத்தால் குழாய்களின் உள்ளே தண்டு வடிவில் பனிக்கட்டிகள் இருக்கும். இவ்விதமாக மிக ஆழத்திலிருந்து பனிக்கட்டித் தண்டுகள் வெளியே எடுக்கப்படுகின்றன. எந்த அளவுக்கு ஆழத்திலிருந்து எடுக்கப்படுகிறதோ அந்த அளவுக்கு அதன் அடிப்பகுதி மிகவும் பழங்காலத்தைச் சேர்ந்ததாகும். உதாரணமாக, குடைவுத் தண்டு ஒன்றில் 400 மீட்டர் ஆழத்திலிருந்து எடுக்கப்பட்ட

பகுதியானது 7 ஆயிரம் ஆண்டுகளுக்கு முன்னர் தோன்றிய பனிக்கட்டியாக இருக்கலாம்.

அண்டார்டிகாவில் நிலவும் குளிர் காரணமாக வெளியே எடுக்கப்படுகிற பனிக் கட்டித் தண்டுகள் உருகிவிடாது. ஆனாலும் இவை ஆராய்ச்சிக்கூடத்தில் குளிர் நிலையில் பத்திரமாகப் பாதுகாத்து வைக்கப்பட்டுப் பின்னர் ஆராயப்படுகின்றன. குடைவுத் தண்டுகளை எடுப்பதிலும் அவற்றைக் கையாளுவதிலும் மிகுந்த சுத்தம் பின்பற்றப்படுகிறது. வாழைத் தண்டுகளை வெட்டுவதுபோல பனிக்கட்டித் தண்டுகளை மெல்லியத் துண்டுகளாக வெட்டி எடுத்து ஆராய்ச்சிக்கூடங்களில் மிகச் சுத்தமான நிலைமைகளில் ஆராய்கின்றனர்.

தென் துருவத்தில் உள்ள அண்டார்டிகாபோலவே பூமியின் வட துருவத்துக்கு அருகே உள்ள கிரீன்லாந்து பெரிதும் பனிக்கட்டியால் மூடப்பட்டது. இங்கிருந்தும் பனிக்கட்டிக் குடைவுத் தண்டுகள் எடுக்கப்பட்டுள்ளன. கிரீன்லாந்தின் குடைவுத் தண்டுகளிலிருந்து 1,25,000 ஆண்டுகளுக்கு முன்பிருந்த காற்று மண்டல நிலைமைகள் பற்றிய தகவல்கள் அறியப்பட்டுள்ளன. அண்டார்டிகா குடைவுத் தண்டுகள் 8,00,000 ஆண்டுகளுக்கு முன்பிருந்த தகவல்களை அளிக்கின்றன.

பனிக்கட்டிக் குடைவுத் தண்டுகளில் அப்படி என்ன தகவல்கள் அடங்கியிருக்க முடியும் என்று கேட்கலாம். பொதுவாக ஐஸ் கட்டி நல்ல வெண்மையாக இருந் தால் அதில் மிகமிக நுண்ணிய காற்றுக் கொப்புளங்கள் உள்ளன என்று அர்த்தம். சிறிதுகூட காற்றுக் கொப்பளம் இல்லாத ஐஸ் கட்டி பளிங்குபோல—கண்ணாடியை உருக்கி வார்த்ததுபோல இருக்கும். கிரீன்லாந்து, அண்டார்டிகா குடைவுப் பனிக்கட்டித் தண்டுகளில் மிக நுண்ணிய காற்றுக் கொப்புளங்கள் நிறையவே உண்டு. வெறும் கண்ணால் பார்த்தால் இந்தக் காற்றுக் கொப்புளங்கள் தெரியாது. இந்தக் காற்றுக் கொப்புளங்களில் அடங்கிய காற்றை பூமியின் காற்று மண்டலத்தில் எப்போதோ இருந்த—உதாரணமாக 8 ஆயிரம் பத்தாயிரம் ஆண்டுகளுக்கு முன் பாக இருந்த—காற்றின் மாதிரி என்று சொல்லலாம். காற்று என்றால் அது பல வகை வாயுக்களின் கலவை என்று ஏற்கனவே வேறிடத்தில் குறிப்பிட்டோம்.

ஆகவே, குடைவுத் தண்டுகளில் அடங்கிய நுண்ணிய காற்று மாதிரியை ஆராய்ச்சிக் கூடங்களில் மிக ஜாக்கிரதையாக நுட்பமான கருவிகளைக் கொண்டு ஆராய்ந்தால் அந்தக் காற்று மாதிரியில் கரியமிலவாயு, மீத்தேன், ஆக்சிஜன், நைட்ரஜன் முதலான வாயுக்கள் எந்தெந்த அளவுக்கு இருந்தன என்று கண்டறிய முடியும். தவிர, அத்துடன் இவற்றை வைத்து பூமியின் அப்போதைய சராசரி வெப்பநிலையையும் அறிய முடியும்.

பல ஆயிரம் ஆண்டுகளுக்கு முன்னர் ஒரு பெரிய எரிமலை வெடித்து வானில் பேரளவில் சாம்பலைக் கக்கியது என்றால் அந்தச் சாம்பலின் நுண்ணியத் துணுக்குகளும் குடைவுத் தண்டுகளில் காணப்படும். இப்படியாக ஓரளவு பூமியின் வரலாற்றையே குடைவுத் தண்டுகள் மூலம் பெற முடிந்திருக்கிறது.

குடைவுத் தண்டுகளை ஆராய்ந்ததில் 1700களில் தொழிற்புரட்சி தொடங்கி யதற்குப் பிறகுதான் காற்று மண்டலத்தில் கரியமிலவாயு அளவு அதிகரிக்க

ஆரம்பித்தது என்பது திட்டவட்டமாகத் தெரியவந்தது. தொழிற்புரட்சி தொடங்கியதற்கு முன்னர் காற்று மண்டலத்தில் கரியமிலவாயு அளவு 280 ppm அளவுக்குத்தான் இருந்தது. அதன் பிறகு கரியமிலவாயு படிப்படியாக எந்த அள வுக்கு உயர்ந்தது என்பது தெளிவாகத் தெரியவந்தது.

அறிவியலைப் பொறுத்தவரையில் ஒரு கொள்கை அனைவராலும் ஏற்கப்பட வேண்டும் என்றால் அதற்கு நம்பகமான ஆதாரங்கள் இருந்தாக வேண்டும். கரியமிலவாயு சேர்மானம் மூலம் புவி வெப்பம் அதிகரித்துவருகிறது என்ற கொள் கைக்குப் பனிக்கட்டிக் குடைவுத் தண்டுகள் மூலம் அவ்வித ஆதாரம் கிடைத்ததாகக் கூறலாம்.

அண்டார்டிகாவில் குடைவுத் தண்டுகளை எடுக்கும் பணி 1950களில்தான் தொடங்கியது. இதுவரை எண்ணற்ற இடங்களிலிருந்து குடைவுத் தண்டுகள் எடுக்கப்பட்டுள்ளன. இவற்றின் மூலம் பூமியில் 8 லட்சம் ஆண்டுகளுக்கு முன் பிருந்த நிலைமைகள் பற்றி அறியப்பட்டுள்ளன. ஒரு கோடியே 40 லட்சம் ஆண்டு களுக்கு முன்னர் இருந்த நிலைமைகளை அறியும் நோக்கில் மேலும் ஆழத்திலிருந்து குடைவுத் தண்டுகளை எடுக்க விஞ்ஞானிகள் திட்டமிட்டுள்ளனர்.

அண்டார்டிகா கண்டம் கடந்த 3 கோடி ஆண்டுகளாகப் பனிக்கட்டியால் மூடப் பட்ட பிரதேசமாக இருந்து வருகிறது.

மௌனா லோவா சிகரத்தில் டாக்டர் கீலிங் நடத்திய கரியமிலவாயு அள வீட்டு ஆராய்ச்சிக்கு மறுபடி வருவோம். ஆரம்பக் கட்டங்களில் சிலர் அதைப் பெரிய விஷயமாகக் கருதவில்லை. காற்று மண்டலத்தில் கரியமிலவாயு சேர்மானம் ஏறுவதும் இறங்குவதும் சகஜம் என்று சிலர் வாதிக்க முற்பட்டனர். எனினும், 1963ஆம் ஆண்டு கீலிங் வெளியிட்ட அறிக்கையில் மனிதனின் செயல்களால் தான் கரியமிலவாயு சேர்மானம் அதிகரிக்கிறது என்பதில் ஐயமே இல்லை என்று அடித்துக் கூறினார். இது தடுக்கப்படாவிட்டால் விபரீத விளைவுகள் ஏற்படும் என்றும் அந்த அறிக்கையில் அவர் எச்சரித்தார்.

டாக்டர் கீலிங் அமெரிக்காவின் குடியரசுக் கட்சி ஆதரவாளர். அமெரிக்காவின் இரு பிரதான கட்சிகளில் ஒன்றான குடியரசுக் கட்சி பொதுவாக மிதப் போக்கு கொள்கையைக் கொண்டதாகும். அக்காலகட்டதில் அக்கட்சியைச் சேர்ந்த சிலர் புவி வெப்பமடைந்துவருகிறது என்ற கொள்கையை ஏற்காதவர்களாக இருந்தனர். டாக்டர் கீலிங் இதை மனதில்கொண்டு அறிவியல் அரசியலாக்கப்படுகிறது என்று குறிப்பிட்டார். அவர் சரியாகத்தான் கூறினார். அமெரிக்காவில் இன்னமும் சில தரப்பினர் புவி வெப்பமாதலுக்கு கரியமிலவாயு காரணம் இல்லை என்று வாதித்துவருகின்றனர்.

* * * * *

## 12 டொராண்டோமுதல் கியோட்டோவரை

கரியமிலவாயு சேர்மானம் காரணமாக பூமியின் சராசரி வெப்பம் மெல்ல அதிகரித்துவருவதாகப் பல நிபுணர்களும் ஆராய்ச்சி அமைப்புகளும் கரடியாகக் கத்தி வந்தபோதிலும் உலக நாடுகளின் தலைவர்கள் அதைக் காதில் போட்டுக் கொள்வதாக இல்லை. ஆனால், அதே காலகட்டத்தில் ஓசோன் பிரச்சினை எழுந்தபோது சர்வதேச மாநாடு கூட்டப்பட்டது. தலைவர்கள் திரண்டனர். ஓசோன் படலத்தைக் காப்பாற்றுவதற்காக உலக அளவில் ஒப்பந்தம் ஒன்று கையெழுத்தாகியது. அது கனடாவின் மாண்டிரியல் நகரில் கையெழுத்தானதால் மாண்டிரியல் ஒப்பந்தம் என்று அழைக்கப்படுகிறது.

''நாம் 1970ஆம் ஆண்டிலிருந்து கிட்டத்தட்ட 30 ஆண்டு காலம் ஓசோன் பிரச்சினையில் மூழ்கிக் கிடந்தோம்'' என்று பிரிட்டிஷ் நிபுணரான ஜேம்ஸ் லவ்லாக் ஒரு சமயம் கூறினார். அவர் கூறியது சரியே. ஓசோன் பிரச்சினையானது புவி வெப்பமாதல் பிரச்சினையைப் பின்னுக்குத் தள்ளிவிட்டது என்பதைத்தான் அவர் அவ்விதம் கூறினார்.

அதென்ன ஓசோன் பிரச்சினை? சூரியனிலிருந்து ஒளி மட்டுமின்றி புறஊதாக் கதிர்கள் எனப்படும் கதிர்களும் வருகின்றன. இவற்றில் பி வகை புறஊதாக் கதிர்கள் நம் உடலுக்குத் தீங்கு விளைவிக்கும் வாய்ப்பு உள்ளது. நம் தலைக்கு மேலே காற்று மண்டலத்தில் சுமார் 50 கிலோமீட்டர் உயரத்தில் உள்ள ஓசோன் வாயுப் படலம் இந்த வகைப் புறஊதாக் கதிர்களைப் பெரிதும் தடுத்துவிடுகிறது.

நமக்கு ஆக்சிஜன் தெரியும். ஆக்சிஜன் அணுக்கள் எப்போதும் ஜோடிஜோடியாக இருக்கும். ஓசோன் என்பதும் ஒரு வகை ஆக்சிஜன் வாயுவே. மூன்று ஆக்சிஜன் அணுக்கள் ஒன்று சேர்ந்திருந்தால் அது ஓசோன் வாயு. இந்த வாயுதான் பூமியைச் சுற்றி ஒரு படலமாக அமைந்துள்ளது.

பூமியில் ஏ.சி யூனிட்டுகள், குளிர்சாதனப் பெட்டிகள் முதலியவற்றில் குளி ரூட்டுவதற்காகச் சில வகை வாயுக்கள் நீண்ட காலம் பயன்படுத்தப்பட்டு வந்தன. இவை கசிய நேரிடும்போது அவை உயரே சென்று ஓசோன் படலத்தை அழிப்பதாக 1970களில் தெரியவந்தது. ஸ்பிரே குப்பிகளில் பயன்படுத்தப்பட்ட வாயுக்களும் இவ்விதம் உயரே சென்று ஓசோன் படலத்தை அழிப்பதாகத் தெரியவந்தது. இந்த வாயுக்கள் மனிதனால் உண்டாக்கப்பட்டவை.

ஓசோன் படலம் முற்றிலுமாக அழிந்தால் பூமியில் தோல் புற்றுநோய் பெருகும் என்றும், கண்புரை நோய் ஏற்படலாம் என்றும், நெல் பயிர் பாதிக்கப்படும் என்றும் நிபுணர்கள் எச்சரித்தனர். உள்ளபடி அமெரிக்கா, ஆஸ்திரேலியா, நியூசிலாந்து, அர்ஜென்டினா மற்றும் சில ஐரோப்பிய நாடுகளில் தோல் புற்றுநோய் மிக அதிக மாகவே உள்ளது. சூரிய ஒளி, அதாவது சூரிய ஒளியில் அடங்கிய புறஊதாக் கதிர்கள் தோலில் பட்டால் இவ்விதம் தோல் புற்று நோய் ஏற்படலாம். தோல் புண்ணாவதும் இந்த நாடுகளில் உண்டு. சில சமயங்களில் தோல் உரிந்து விடும். வெள்ளைத் தோலைக் கொண்டவர்கள் இவ்விதம் அதிக அளவில் பாதிக்கப்படுகின்றனர். எனவே ஓசோன் படலத்தைக் காப்பாற்றியாக வேண்டும் என்பது உணரப்பட்டது. தோல் கருப்பாக இருப்பவர்களை புறஊதாக் கதிர்கள் அவ்வளவாகப் பாதிப்பதில்லை. கருப்பாக உள்ளவர்களின் தோலில் மெலானின் (குறிப்பாக யுமெலானின்) என்னும் பொருள் உள்ளது. இது புறஊதாக் கதிர்களிலிருந்து தக்க பாதுகாப்பை அளிப்பதாக நிபுணர்கள் கூறுகின்றனர்.

எனவே மேற்கூறிய வகை வாயுக்களின் உற்பத்தியைக் கைவிட்டு ஓசோன் படலத்துக்குத் தீங்கு விளைவிக்காத வேறு வகை வாயுக்களைப் பயன்படுத்த வேண்டும் என்று உலக அளவில் ஒரு இயக்கம் மேற்கொள்ளப்பட்டது. பல ஆண்டு காலம் உலகில் ஓசோன் பிரச்சினை மேலோங்கி நின்றது. ஓசோன் படலத்தில் 'ஓட்டை' ஏற்பட்டுவிட்டதாகப் பத்திரிகைகளில் செய்திகள் அடி பட்டன. இறுதியில் உலக நாடுகள் மாநாடு நடத்தி இந்த வகை வாயுக்களின் உற்பத்தியை அடியோடு நிறுத்துவது என முடிவு செய்தனர். கனடா நாட்டின் மான்ட்ரியல் நகரில் இதற்கான உடன்பாடு 1987ஆம் ஆண்டில் கையெழுத் தாகியது. ஓசோன் படலத்துக்குத் தீங்கு விளைவிக்கும் வாயுக்களுக்குப் பதில் இப்போது ஏ.சி யூனிட்டுகள், குளிர்சாதனப் பெட்டிகள் ஆகியவற்றில் உலக அளவில் வேறு வகை வாயுக்கள் பயன்படுத்தப்படுகின்றன. இவை ஓசோன் படலத்தைப் பாதிக்காதவை.

இந்த வெற்றிகரமான உடன்பாட்டினால் உந்தப்பட்டு 48 நாடுகளைச் சேர்ந்த நிபுணர்கள் மறு ஆண்டில் அதே கனடா நாட்டில் டொராண்டோ நகரில் கரியமிலவாயு பிரச்சினை குறித்து மாநாடு ஒன்றை நடத்தினர்.

உலகில் கரியமிலவாயு பிரச்சினை குறித்து அரசு மட்டத்தில் ஆழ்ந்து விவா தித்த முதல் மாநாடு அதுவே ஆகும். காற்று மண்டலத்தைக் காப்பாற்ற சர்வதேச அளவில் உடன்பாடு தேவை என்று குறைந்தது சில நாடுகளின் தலைவர்கள் குரல் எழுப்பிய முதல் மாநாடும் அதுவே. அதில் பெரிய நாடுகளின் தலைவர்கள் கலந்து கொண்டதாகச் சொல்ல முடியாது. ஆனாலும் அப்போதைய பிரிட்டிஷ் பெண் பிரதமர் மார்கரெட் தாட்சர், நார்வே பெண் பிரதமர் குரோ புருண்ட் லாண்ட், கனடியப் பிரதமர் முல்ரோனி ஆகிய தலைவர்கள் கலந்துகொண்டனர்.

இந்த மூவருமே குறிப்பிடத்தக்கவர்கள். பிரிட்டனின் பொருளாதாரத்தைச் சீர்படுத்த மிகத் துணிச்சலாக நடவடிக்கைகளை எடுத்த காரணத்தால் பிரதமர் தாட்சர் ''இரும்பு சீமாட்டி'' என்று வர்ணிக்கப்பட்டவர். நார்வே பிரதமர் வேறு வகையில் குறிப்பிடத்தக்கவர். புருண்ட்லாண்ட் நார்வே நாட்டின் முதல் பெண்

பிரதமர். அதுவும் மூன்று தடவை பிரதமராக இருந்தவர். சுற்றுச்சூழல் மற்றும் மேம்பாட்டுக்கான உலக கமிஷனின் தலைவராகவும் இருந்தவர். டொராண்டோ மாநாட்டுக்குப் பிறகு உலக சுகாதார அமைப்பின் டைரக்டர் ஜெனரல் பதவி உட்பட பல பதவிகளை வகித்தவர்.

டொராண்டோ மாநாட்டில் இவர்கள் மூவரும் முத்திரை பதித்தனர். பிரதமர் தாட்சர் வேதியியலில் பட்டம் பெற்றவர். பிரிட்டனின் முதலாவது பெண் பிரதமர் என்பதைவிட வேதியியல் படித்துப் பட்டம் பெற்ற ஒருவர் பிரிட்டனில் முதல் தடவையாகப் பிரதமரானார் என்பதில்தான் தமக்குப் பெருமை என்று ஒரு சமயம் தாட்சர் கூறினார்.

வேதியியல் பட்டதாரி என்பதால் அவரால் பருவநிலை மாற்றம் குறித்து நிபுணர்கள் கூறியதையெல்லாம் நன்கு புரிந்துகொள்ள முடிந்தது. அமெரிக்காவில் அப்போது ஆட்சியில் இருந்த ரேகன் அரசு பருவநிலை மாற்றம் குறித்து வழவழா கொள்கையைப் பின்பற்றிவந்த சமயத்தில் பிரிட்டிஷ் பிரதமர் ஆணித்தரமான தெளிவான கொள்கையைப் பின்பற்றுபவராக இருந்தார்.

நார்வே பிரதமரான புருண்ட்லாண்ட் இந்த மாநாட்டில் கலந்துகொண்ட சமயத்தில் ஐ.நாவின் சுற்றுச்சூழல் மற்றும் மேம்பாட்டுக்கான கமிஷனின் தலைவராகவும் இருந்தார்.

கனடியப் பிரதமர் முல்ரோனிதான் இந்த மாநாட்டைக் கூட்டியவர். கார்பன் சேர்மானத்தைக் கட்டுப்படுத்தும் விஷயத்தில் கனடாவின் அண்டை நாடான அமெரிக்கா தயக்கம் காட்டிய நிலையில் கனடா இந்த விஷயத்தில் உறுதியான நிலையை எடுத்தது என்பது குறிப்பிடத்தக்கது.

காற்று மண்டலத்தைக் காப்பாற்ற உடனே சர்வதேச ஒப்பந்தம் தேவை என கனடா வற்புறுத்தியது. ஆனால், மாநாட்டில் கலந்துகொண்ட அமெரிக்கப் பிரதிநிதியோ இதற்கெல்லாம் இன்னும் காலம் கனியவில்லை என்றார். விஷயம் சிக்கலானது என்றும், இதை இன்னும் தீர்க்கமாக ஆராய வேண்டும் என்றும் அவர் சொன்னார். உலகில் அணுகுண்டுப் போர் மூண்டு விடாதபடி தடுப்பது எவ்வளவு முக்கியமோ அந்த அளவுக்கு கரியமிலவாயு சேர்மானப் பிரச்சினையும் முக்கியமானது என்று கனடா, பிரிட்டன், நார்வே நாடுகளின் தலைவர்கள் வற்புறுத்தினர்.

நிலத்தடி எரிபொருட்களான நிலக்கரி, பெட்ரோலிய எண்ணெய் ஆகியவை தான் கரியமிலவாயு சேர்மானத்துக்கு மூல காரணம் என்பதால் அவற்றின் உபயோகத்தைக் கணிசமாகக் குறைக்க வேண்டும் என்று மாநாடு தீவிரமாக வற்புறுத்தியது. மின்சார உற்பத்திக்கு சூரியன், காற்று போன்ற மாற்று ஆற்றல் வளங்களை உப யோகிப்பதை ஊக்குவிக்க வேண்டும், முன்னேறிய நாடுகள் இது விஷயத்திலான தொழில்நுட்பத்தை வளரும் நாடுகளுக்கு அளிக்க வேண்டும் என்றும் மாநாடு வற்புறுத்தியது.

கரியமிலவாயு குறித்து உலக அளவில் பின்னர் நடந்த பல மாநாடுகளில் எந்த விஷயங்கள் வற்புறுத்தப்பட்டனவோ, எவ்விதமான யோசனைகள்

கூறப்பட்டனவோ அவற்றையெல்லாம் டொராண்டோ மாநாடு அப்போதே கூறியது என்பது குறிப்பிடத்தக்கது. ஆனால் இந்த மூன்று நாடுகளின் முயற்சிக்கு அவர்கள் விரும்பிய பலன் கிடைக்காவிட்டாலும் வேறு வகையில் பலன் கிடைத்தது.

பூமி சூடாகிவரும் பிரச்சினை குறித்து ஏற்கனவே கவனம் செலுத்திவந்த உலக வானிலை அமைப்பும் ஐ.நா சுற்றுச்சூழல் அமைப்பும் சேர்ந்து பருவநிலை மாற்றம் குறித்த உலக நாடுகள் குழு ஒன்றை (Intergovermental Panel on Climate Change) 1988ஆம் ஆண்டில் அமைத்தன. இந்தக் குழு ஆங்கிலத்தில் சுருக்கமாக IPCC என்று குறிப்பிடப்படுகிறது. உலக நாடுகள் அங்கம் வகிக்கும் ஐ.நா பொதுச் சபைக் கூட்டத்தில் நிறைவேற்றப்பட்ட தீர்மானம் மூலம் பின்னர் இந்தக் குழுவுக்கு அங்கீகாரம் வழங்கப்பட்டது. இந்தக் குழு இன்னமும் செயல்பட்டு வருகிறது. இந்தியர் ஒருவர் நீண்ட காலம் இந்தக் குழுவின் தலைவராக இருந்துவந்தார். இந்தக் குழுவின் பணியை மெச்சி 2007ஆம் ஆண்டில் அமைதிக்கான நோபல் பரிசு IPCC குழுவுக்கு வழங்கப்பட்டது.

பருவநிலையில் ஏற்படக்கூடிய மாற்றங்கள், அவற்றால் ஏற்படக்கூடிய விளைவுகள் ஆகியவைபற்றி அறிவியல் அடிப்படையில் தகவல்களைச் சேகரிப்பதும், இவ்வித மாற்றங்களை எதிர்கொள்வதற்கான உத்திகளை வகுத்துக் கூறுவதும் இந்தக் குழுவின் பணிகளாகும். குழுவின் முதல் அறிக்கை 1990ஆம் ஆண்டில் அளிக்கப்பட்டது.

குழு அமைக்கப்பட்ட சில ஆண்டுகளில் பருவநிலை மாற்றம் குறித்து விவாதிப்பதற்காக 1992ஆம் ஆண்டில் பிரேசில் நாட்டின் ரியோ டி ஜெனிரோ நகரில் புவி உச்சி மாநாடு நடத்தப்பட்டது. இது மிக முக்கியமான மாநாடாகக் கருதப்பட்டது. இந்த மாநாட்டில் 172 நாடுகள் கலந்துகொண்டன. உச்சி மாநாடு என்ற பெயருக்கு ஏற்ற மாதிரி 116 நாடுகளின் பிரதமர்கள் அல்லது அதிபர்கள் அதில் கலந்துகொண்டனர். இவர்களைத் தவிர, அரசு சாராத அமைப்புகளின் 2400 பிரதிநிதிகளும் மாநாட்டில் பங்குபெற்றனர். உச்சி மாநாட்டின் தலைவர்கள்மீது நிர்ப்பந்தம் செலுத்தும் நோக்கில் 17 ஆயிரம் பேர் கலந்துகொண்ட மக்களின் இணை மாநாடும் அப்போது நடைபெற்றது.

நிலக்கரி, பெட்ரோலிய எண்ணெய் ஆகியவற்றுக்கு மாற்றாக இயற்கை ஆற்றல் வளங்களைப் பயன்படுத்த வேண்டும், வாகனங்களிலிருந்து கரியமிலவாயு வெளிப்பாட்டைக் குறைக்க வேண்டும் என்று பொதுப்படையாக மாநாட்டில் தீர்மானிக்கப்பட்டு அது தொடர்பான பிரகடனமும் வெளியிடப்பட்டது. இப்படியாக ஒரு பொது உடன்பாடு ஏற்பட்டதே தவிர, இது உலக நாடுகளைச் சட்டப்படி கட்டுப்படுத்தும் ஒப்பந்தமாக அமையவில்லை. காற்று மண்டலத்தில் கரியமிலவாயு சேர்மானத்தை யார்யார் எந்த அளவுக்குக் குறைத்துக்கொள்ள வேண்டும் என்பது பற்றியும் எந்த முடிவும் எடுக்கப்படவில்லை. அது குறித்த காலக்கெடு எதுவும் நிர்ணயிக்கப்படவில்லை.

ஆனாலும், இன்றளவும் பருவநிலை மாற்றம் தொடர்பாக உலக நாடுகளைக் கட்டுப்படுத்துகிற ஒரே ஒப்பந்தம் அதுவேயாகும். ரியோ மாநாட்டைத் தொடர்ந்து

அவ்வப்போது பருவநிலை மாற்றம் பற்றிய மாநாடுகள் நடக்கத்தான் செய்தன. சில நடைமுறைகள் பற்றியும் முடிவுகள் எடுக்கப்பட்டன.

அவற்றில் முக்கியமானது ஒவ்வொரு நாட்டிலிருந்தும் எவ்வளவு கரியமிலவாயு காற்றில் கலக்கிறது என்று அளவிடுவதாகும். தகுந்த உத்திகளைப் பின்பற்றி இக்கணக்கெடுப்பு நடத்தப்பட்டது. அமெரிக்காவிலிருந்துதான் அதிக அளவில் கரியமிலவாயு காற்றில் கலக்கிறது என்பது இக்கணக்கெடுப்பில் தெரியவந்தது. அப்போது சீனா இரண்டாமிடம் வகித்தது. ஆனால் சீனா விரைவிலேயே முதல் இடம் பிடித்தது. இந்தியா தொடர்ந்து மூன்றாவது இடத்தை வகிக்கிறது.

இதில் ஒன்றைக் கவனிக்க வேண்டும். ஒரு நாட்டிலிருந்து மொத்தம் (டன் கணக்கில்) எவ்வளவு கரியமிலவாயு வெளிப்படுகிறது என்பது ஒரு கணக்கு. இன்னொன்று, நபர்வாரிக் கணக்கு. இது முக்கியமானது. ஒரு நாட்டின் மொத்த கார்பன் டையாக்சைட் வெளிப்பாட்டை அந்த நாட்டின் மக்கள்தொகையால் வகுத்தால் கிடைப்பது நபர்வாரிக் கணக்காகும். இதைச் சற்று விளக்கியாக வேண்டும்.

ஒரு பெரிய பங்களா. அதில் மூன்று பேர்தான் வசிக்கின்றனர். அந்த பங்களாவில் தினமும் 9 கூடை அளவுக்குக் குப்பை விழுகிறது. அருகே ஒரு சிறிய வீடு. அதில் ஆறு பேர் வசிக்கின்றனர். பெரிய குடும்பம். அந்த வீட்டில் தினமும் 12 கூடை குப்பை விழுகிறது. இது மொத்தக் கணக்கு. இதையே நபர்வாரியாகப் பார்த்தால் பங்களாவில் உள்ள ஒவ்வொருவரும் மூன்று கூடை குப்பை போடுகிறார்கள். சிறிய வீட்டில் உள்ளவர்கள் நபர்வாரிக் கணக்குப்படி ஒவ்வொருவரும் இரண்டு கூடை குப்பை போடுகின்றனர். பங்களா வீட்டில் இருப்பவர்கள் பணக்காரர்கள். சொகுசு வாழ்க்கை நடத்துபவர்கள். நபர்வாரிக் கணக்குப்படி பார்த்தால் அவர்கள்தான் நிறைய குப்பை போடுகிறார்கள்.

உலகில் பணக்கார நாடுகளில்தான் நபர்வாரி கரியமிலவாயு சேர்மானம் அதிக அளவில் உள்ளது. ஒரு கணக்குப்படி 2011ஆம் ஆண்டில் அமெரிக்காவின் கரியமிலவாயு வெளிப்பாடு நபர்வாரியாக 17.62 மெட்ரிக் டன்னாக இருந்தது. அப்போது சீனாவில் இது 6.52 ஆகவும் இந்தியாவில் 1.45 ஆகவும் இருந்தது.

ஏற்கனவே குறிப்பிட்டபடி இப்போது மொத்த கரியமிலவாயு வெளிப்பாடு விஷயத்தில் சீனா முதலிடம் வகிக்கிறது. அந்த நாட்டிலிருந்து வெளிப்படும் மொத்த கரியமிலவாயு அளவு 8715 மில்லியன் டன்களாகும். அடுத்த இடத்தை வகிக்கும் அமெரிக்காவில் இது 5490 மில்லியன் மெட்ரிக் டன். இந்தியா 1725 மில்லியன் மெட்ரிக் டன்.

நபர்வாரி அளவு மிக அதிகமாக உள்ள நாடுகள் பண வசதி மிக்க, சொகுசு வசதிகள் உள்ள நாடுகள் என்று கூறினோம். வளைகுடா நாடுகள் என்று சொல்லப்படும் பஹ்ரைன், கத்தார், குவைத் போன்ற நாடுகளில் பெட்ரோலிய எண்ணெய் கிடைப்பதால் அவை செல்வ நாடுகளாக விளங்குகின்றன. அந்த அளவில் அந்த நாடுகளில் நபர்வாரி கரியமிலவாயு வெளிப்பாடு மிக அதிகம். அதன் விவரம்: கத்தார் 43.9 மெட்ரிக் டன். ஓமான் 21.4. ஐக்கிய அரபு குடியரசு 20. பஹ்ரைன் 18.1 (அனைத்தும் 2011 ஆண்டு நிலவரம்).

1990ஆம் ஆண்டிலிருந்து நாடுவாரியாக ஆண்டுதோறும் கரியமிலவாயு வெளிப்பாடு கணக்கு எடுக்கப்பட்டுவருகிறது. யார் அதிகம் கரியமிலவாயு வாயுவைக் காற்றில் கலக்கவிடுகிறார்கள் என்பதை அவ்வப்போது தொடர்ந்து அறிவதற்கு இது உதவுகிறது. அத்துடன் உலகின் நன்மையை உத்தேசித்து யார் எவ்வளவு குறைத்துக்கொள்ள வேண்டும் என்று வரம்பு நிர்ணயிப்பதற்கும் இது பற்றிய புள்ளிவிவரம் உதவுகிறது.

இந்தப் புள்ளிவிவர அடிப்படையில்தான் கடந்த பல ஆண்டுகளாக நாடுகள் இடையே பேச்சுவார்த்தைகள் நடந்துவருகின்றன. புவியின் சராசரி வெப்பம் மேலும் உயர்ந்துவிடாதபடி தடுக்கப்பட வேண்டுமானால் உலகில் உள்ள நாடு கள் அனைத்தும் மொத்தக் கரியமிலவாயு வெளிப்பாட்டைக் குறைத்துக்கொள்ள வேண்டும் என்று சொல்லலாம். இது அனைவரும் பொதுவாக ஒப்புக்கொள்ளக் கூடிய விஷயம்.

ஆனால், இது நியாயமான ஏற்பாடாக இருக்க வேண்டும். ஒரு பேச்சுக்கு எல்லா நாடுகளும் கால்வாசி அளவுக்குக் குறைத்துக்கொள்ள வேண்டும் என்று நிர்ணயிப்பதானால் அது ஏழை நாடுகளைக் கடுமையாகப் பாதிக்கும். ஒரு பங்களாவில் ஆறு குளிர்சாதனங்கள் இருக்கின்றன. 16 மின்விசிறிகள் இருக்கின்றன. இரண்டு குளிர்சாதனப் பெட்டிகள் இருக்கின்றன. மின்சாரத்தைப் பயன்படுத்துகிற இன்னும் பல கருவிகள் இருப்பதாகவும் வைத்துக்கொள்வோம். அந்தப் பங்களாவில் 2 மாத காலத்தில் 1800 யூனிட் மின்சாரம் பயன்படுத்தப்படுவதாக வைத்துக்கொள்வோம். அதே தெருவில் ஒரு சிறிய வீட்டில் 2 மாத காலத்தில் 200 யூனிட் மின்சாரம் பயன்படுத்தப்படுகிறது. இந்த இருவரும் மின்சார உபயோகத்தைக் கால்வாசி (25 சதவீதம்) குறைத்துக்கொள்வது என்றால் சிறிய வீட்டுக்காரர்தான் கடுமையாகப் பாதிக்கப்படுவார்.

நாடு அளவில் எடுத்துக்கொண்டால் இந்தியா போன்ற வளரும் நாட்டில் மின் சார வசதி இல்லாத கிராமங்கள் நிறையவே உள்ளன. ஏராளமானவர்களுக்கு வேலை அளிக்க தொழிற்சாலைகள் தேவை. அவற்றுக்கெல்லாம் மின்சாரம் வேண் டும். சாலைகள் தேவை. போக்குவரத்து வாகனங்கள் தேவை. சுருக்கமாகச் சொன் னால் வறுமையை ஒழிக்க வேண்டும். ஆகவே இந்தியாவுக்கு கரியமிலவாயு வெளிப்பாடு விஷயத்தில் வரம்பு நிர்ணயிக்கப்பட்டால் அது நியாயமாக இருக்காது. வளரும் நாடுகள் அனைத்துக்கும் இது பொருந்தும் எனலாம். வள ரும் நாடுகள் கரியமிலவாயுவை வெளியிடாத மாற்று எரிபொருட்களைப் பயன்படுத்துவதானால் அவற்றுக்கு நிறைய பணம் செலவாகும். இது அவர்களது சக்திக்கு மீறியதாக இருக்கும். தவிர, இந்த மாற்று வழிகளில் ஈடுபட அவற்றுக்குத் தகுந்த தொழில்நுட்பமும் தேவைப்படும்.

ஆகவே தகுந்த அணுகுமுறை பின்பற்றப்பட்டது. கரியமிலவாயு வெளிப்பாடு விஷயத்தில் உலகின் நாடுகள் இரு வகையாகப் பிரிக்கப்பட்டன. அமெரிக்கா, ஐரோப்பிய நாடுகள், ரஷியா, ஜப்பான், ஆஸ்திரேலியா போன்ற நாடுகள் முன்னேறிய நாடுகளாக வகைப்படுத்தப்பட்டன. அவற்றுக்குக் கட்டாய அடிப் படையில் வரம்பு உண்டு. காலக்கெடுவும் உண்டு. இந்தியா, தென்னாப்பிரிக்கா,

பிரேசில், சீனா போன்ற நாடுகள் வளரும் நாடுகள் என்று வகைப்படுத்தப்பட்டன. இந்த நாடுகள் கரியமிலவாயு வெளிப்பாட்டைக் குறைத்துக்கொள்ள வேண்டும் என்ற கட்டாயம் எதுவும் கிடையாது. முன்னேறிய நாடுகளைப் பொறுத்தவரையில் ஒவ்வொரு நாடும் எவ்வளவு கரியமிலவாயுவை வெளியிடுகிறது என்பதற்கு 1990ஆம் ஆண்டு அடிப்படை ஆண்டாக நிர்ணயிக்கப்பட்டது. அதாவது 1990ஆம் ஆண்டில் ஒரு நாடு எந்த அளவுக்குக் கரியமிலவாயுவைக் காற்றில் கலக்க விட்டதோ அந்த அளவிலிருந்து சராசரியாக ஐந்து சதவீதத்தைக் குறைத்துக் கொள்ள வேண்டும் என்று தீர்மானிக்கப்பட்டது. எனினும், இதை உடனடியாகச் செய்தாக வேண்டும் என்பதில்லை. 2008ஆம் ஆண்டிலிருந்து 2012ஆம் ஆண்டுக் குள்ளாக இவ்விதம் குறைத்துக்கொள்ள வேண்டும் என்று நிர்ணயிக்கப்பட்டது.

இதற்கான ஒப்பந்தம் ஜப்பானில் கியோட்டோ என்னும் நகரில் நடந்த மாநாட்டில் 1997ஆம் ஆண்டு டிசம்பர் மாதம் 11ஆம் தேதி கையெழுத்தாகியது. 192 நாடுகள் உடன்பாட்டில் கையெழுத்திட்டன. சர்வதேச ஒப்பந்தத்தில் ஒரு நாடு கையெழுத்திட்டால் அந்த ஒப்பந்தம் அந்த நாட்டின் மக்களவையில் அல்லது வேறு ஏதேனும் வகையில் அங்கீகரிக்கப்பட்டாக வேண்டும். குறிப் பிட்ட எண்ணிக்கையிலான நாடுகள் அவ்விதம் அங்கீகரித்த பிறகே அந்த ஒப்பந்தம் சர்வதேச அளவில் அமலுக்கு வரும். அந்த வகையில் கியோட்டோ ஒப்பந்தம் 2005ஆம் ஆண்டில்தான் அமலுக்கு வந்தது.

உலகின் முன்னேறிய நாடுகள் கரியமிலவாயு வெளிப்பாட்டைக் குறைத்துக் கொள்ள கியோட்டோ மாநாட்டில் ஒப்புக்கொண்டன என்பது பெரிய விஷயமாகக் கருதப்பட்டது. இது பெரிய வெற்றியாகக் கருதப்பட்டது. ஆனால், இந்த மகிழ்ச்சி அதிக நாள் நீடிக்கவில்லை. கியோட்டோ ஒப்பந்தம் கையெழுத்தானபோது அமெரிக்காவில் ஜனநாயகக் கட்சியைச் சேர்ந்த அதிபர் கிளிண்டனின் (1993-2001) ஆட்சி நடந்துகொண்டிருந்தது. அல் கோர் துணை அதிபர். கியோட்டோ மாநாட்டில் அல் கோர் கலந்துகொண்டார். அவர் காற்றில் கரியமிலவாயு சேர் மானத்தைக் குறைக்க வேண்டும் என்று தீவிரமாக வாதாடியவர். இது தொடர்பாக அவர் ஒரு நூலையும் எழுதி வெளியிட்டார். அவரது பணியை மெச்சும் வகையில் 2007ஆம் ஆண்டில் அவருக்கு நோபல் பரிசு வழங்கப்பட்டது.

ஆனால் 2000ஆவது ஆண்டில் அமெரிக்காவில் அதிபர் தேர்தல் நடந்தபோது குடியரசுக் கட்சியைச் சேர்ந்த ஜார்ஜ் டபிள்யூ புஷ் (2001-2009) வெற்றி பெற்றார். இவர் முன்னர் அதிபராக இருந்த ஜார்ஜ் எச். டபிள்யூ. புஷ்ஷின் (1989-1993) மகன். அவர் பதவி ஏற்ற சில மாதங்களில் அதாவது 2001 மார்ச் மாதம் கியோட்டோ ஒப்பந்தத்தை அமெரிக்கா நிராகரிக்கிறது என்று அறிவித்தார்.

புஷ் தனது அறிவிப்பை வெளியிட்ட காலகட்டத்தில் கரியமிலவாயு சேர் மானத்தில் அமெரிக்கா முதலிடம் வகித்தது. ஏற்கனவே கூறியபடி சீனா இரண்டாம் இடம் வகித்தது. ஆண்டுதோறும் காற்று மண்டலத்தில் சேரும் கரியமிலவாயு வாயுவில் கிட்டத்தட்ட பாதி இந்த இரண்டு நாடுகளிலிருந்துதான் வெளிப்படுகிறது. கியோட்டோவுக்கு கட்டுப்பட மாட்டோம் என்று அமெரிக்கா விலகியது என்றால் வளரும் நாடு என்ற முறையில் சீனாமீது எந்தக் கட்டுப்பாடும்

இல்லை. இப்படியான நிலையில் அந்த ஒப்பந்தத்தால் பலன் இல்லை என்ற நிலைமை ஏற்பட்டது.

கியோட்டோ உடன்பாடு வெற்றி காணவில்லை என்றாலும் கடந்த பல ஆண்டுகளில் எல்லா நாடுகளும் போட்டி போட்டுக்கொண்டு கரியமிலவாயுவை நிறைய காற்றில் கலக்கவிட்டதாகக் கூற முடியாது. பல நாடுகளும் திட்டமிட்டுக் கரியமிலவாயு வெளிப்பாட்டைக் குறைப்பதில் ஈடுபட்டன. நிலக்கரிக்குப் பதில் சூரிய ஆற்றல் மூலமும், காற்று மூலமும் மின்சாரத்தை உற்பத்தி செய்வதில் ஈடுபடத் தொடங்கின. ஆனால் இந்த விஷயத்தில் உலக அளவில் அனைவரும் ஏற்றுக்கொண்ட ஒப்பந்தம் எதுவும் இல்லை என்ற நிலைமை நீடித்தது. இப்படியான ஓர் ஒப்பந்தத்தை உருவாக்கத் தொடர்ந்து முயற்சிகள் மேற்கொள்ளப்பட்டு வந்தன.

காற்று மண்டலத்தில் கரியமிலவாயு சேருவதில் பல்வேறு புதைபடிவ எரி பொருட்கள் எந்த அளவுக்குப் பங்களிக்கின்றன என்பது ஏற்கனவே விரிவாகக் கணக்கிடப்பட்டுள்ளது. இவற்றின் பங்கு பூஜ்ய அளவுக்கு இருக்குமானால் நன் றாக இருக்கும். அப்போது பூமியின் சராசரி வெப்பம் அதிகரிப்பது அறவே தடுக்கப்பட்டு விடும்.

*காற்று மண்டலத்தில் கரியமிலவாயு சேருவதில் பிரதான புதை படிவ எரிபொருட்களின் பங்கு (சதவீதத்தில்)*

| திரவ எரிபொருட்கள் ( உதாரணம் பெட்ரோல், டீசல்) | 36% |
| திட எரிபொருள் ( உதாரணம் நிலக்கரி) | 35% |
| வாயு வடிவிலான எரிபொருள் (உதாரணம் எரிவாயு) | 20% |
| சிமெண்ட் உற்பத்தி மூலம் | 3% |
| வாயு எரிப்பு தொழில் துறை மற்றும் எண்ணெய்க் கிணறுகளில் | 1% |
| எரிபொருளாகப் பயன்படுத்தப்படாத ஹைட்ரோகார்பன்கள் | 1% |
| நாடுகளின் எரிபொருள் கணக்கில் சேர்க்கப்படாத ஆனால் போக்குவரத்துத் துறையில் பயன்படுத்தப்படுகிற உலை எண்ணெய்கள் | 4% |

இந்தப் புள்ளிவிவரங்கள் 2000ஆவது ஆண்டுமுதல் 2004ஆம் ஆண்டுவரை யிலான நிலவரமாகும்.

இது ஒரு புறம் இருக்க, சூரிய ஆற்றலும் காற்றும் கரியமிலவாயு சேர்மானத் தைக் குறைப்பதற்குப் பெரிய அளவில் கைகொடுக்குமா என்பதுதான் கேள்வி. இது பற்றி விவரமாகப் பின்னர் ஆராய்வோம்.

\* \* \* \* \*

## 13 அமெரிக்காவில் எதிர்ப்பு இயக்கம்

பருவநிலை விபரீதமாக மாறிவிடாமல் தடுக்க தீவிர நடவடிக்கைகள் தேவை என்று வற்புறுத்தப்படுகிற அதே வேளையில் உலகில் இதற்கு எதிராக ஒரு பெரிய இயக்கமே செயல்பட்டுவருகிறது. இது இப்போது பலவீனமடைந்துவிட்ட போதிலும் முற்றிலுமாக ஓய்ந்துவிடவில்லை. இந்த இயக்கம் பிரதானமாக அமெரிக்காவில் செயல்பட்டுவருகிறது. இங்கிலாந்திலும் இதற்கு ஆதரவு உண்டு.

இந்த எதிர்ப்பாளர்களின் குரல் 1970களிலேயே ஒலிக்கத் தொடங்கியது. கரிய மிலவாயு சேர்மானத்தால் பூமியின் சராசரி வெப்பம் அதிகரித்துவருகிறது என்பதற்கு மேலும்மேலும் ஆதாரங்கள் கிடைக்க ஆரம்பித்தபோது எதிர்ப்பாளர்களின் தொனி அதற்கேற்ப மாறி வந்துள்ளது.

முதலில் இவர்கள் புவியின் சராசரி வெப்பம் அதிகரித்துவிடவில்லை என்றார்கள். பிறகு சராசரி வெப்பம் அப்படி ஒன்றும் அதிகமாக உயர்ந்துவிடவில்லை என்றார்கள். அதாவது, நிலக்கரியும் பெட்ரோலிய எண்ணெய்களும் காரணமில்லை என்று கூறினர். பிறகு சராசரி வெப்ப உயர்வுக்கு மனிதனின் செயல்கள் காரணமல்ல, அது இயல்பானதே என்று கூறத் தொடங்கினர்.

அடுத்து அவர்கள் சராசரி வெப்பம் அதிகரித்தால் நல்லதுதான் என்று சொன்னார்கள். பிறகு அவர்கள் இதற்கு அறிவியல்பூர்வமாகப் போதுமான ஆதாரம் இல்லை என்றார்கள். அடுத்ததாக சராசரி வெப்ப உயர்வை அறிவியல் மூலம் சமாளித்துவிட முடியும் என்றார்கள்.

அடுத்த கட்டத்தில் அவர்கள் பொருளாதாரத்தைப் பாதிக்கும் எதையும் ஏற்க முடியாது என்றார்கள். கடைசியாக சீனா, இந்தியா மீது எந்த கட்டுப்பாடும் இல்லாததால் நாங்கள் எந்தக் கட்டுப்பாட்டையும் ஏற்க மாட்டோம் என்றார்கள். ஓநாய், ஆட்டுக்குட்டி கதைதான். கரியமிலவாயு வெளிப்பாடு விஷயத்தில் ஆரம்பத்திலிருந்து அமெரிக்காவின் போக்கு, சரியாகச் சொல்வதானால் அமெரிக்காவில் உள்ள தொழில்துறையினரின் போக்கு இந்த விதமாகத்தான் இருந்திருக்கிறது.

நிலக்கரி உற்பத்தி, பெட்ரோலிய எண்ணெய்கள் உற்பத்தி, உபயோகம் ஆகியவற்றின் மீது அரசு எவ்விதக் கட்டுப்பாடுகளையும் விதிக்கலாகாது என்பது இதன் பொருள். அமெரிக்காவில் இந்த எதிர்ப்புக் குரல் ஓங்கி ஒலித்தது, நிலக்கரி உற்பத்தி, பெட்ரோலிய உற்பத்தி ஆகிய இரு துறைகளையும்

சேர்ந்தவர்கள்தான் இந்த எதிர்ப்பு இயக்கத்தை நடத்துபவர்கள் என்றும் சொல்லலாம்.

அமெரிக்காவில் அநேகமாகப் பொருளாதார நடவடிக்கைகள் அனைத்தும் தனியார் துறைவசம் உள்ளன. மிகவும் அவசியமானாலொழிய, பொருளாதாரத்தின் மீது அதாவது தனியார் துறை மீது, அரசாங்கம் கட்டுப்பாடுகளை விதிக்க லாகாது என்பது அமெரிக்காவில் நெடுங்காலமாக இருந்துவரும் கோஷமாகும். அமெரிக்காவில் அடுத்தடுத்து வந்துள்ள அரசாங்கங்களும் பொதுவாக இதை மதித்தே நடந்து வந்துள்ளன. சுதந்திர வர்த்தகம் என்பது, அரசியல் கட்சி வேறுபாடின்றி அமெரிக்க அரசியலில் அடி நாதமாக இருந்துவந்திருக்கிறது.

பருவநிலை மாற்றத்தைத் தடுக்க வேண்டுமானால் கரியமிலவாயு சேர்மானத் தைத் தடுக்க வேண்டும் என்பது தெரிந்த விஷயம். அரசு அதில் முனைந்தால் நிலக்கரித் தொழில், பெட்ரோலியத் தொழில் உட்பட, பல தொழில்கள்மீதும் அவை தொடர்பான வர்த்தகம்மீதும் பல கட்டுப்பாடுகள் வரும். புதிய வரிகள் விதிக்கப்படலாம். லாபம் குறையும். ஒரு வேளை நாற்பது ஆண்டுகளுக்கும் மேலாக இயங்கிவரும் பழம் பாணி அனல் மின்நிலையங்களை மூட வேண்டி வரலாம். அமெரிக்காவின் பெட்ரோலிய எண்ணெய் நிறுவனங்கள் நிலக்கரி நிறுவனங் களை விடச் சக்தி வாய்ந்தவை. சொல்லப்போனால், அவை தங்களுக்குப் பிடிக்காத வளரும் நாடுகளின் அரசுகளைக் கவிழ்க்கும் திறன் படைத்தவை. அப்படி நடந்ததும் உண்டு.

அமெரிக்க அரசு கொண்டுவரக்கூடிய நடவடிக்கைகளை விரும்பாத பெரும் தொழில் கூட்டமைப்புகள் 1989ஆம் ஆண்டிலேயே உலகப் பருவநிலை கூட்டணி (Global Climate Coalition) என்ற பெயரில் ஓர் அமைப்பை ஏற்படுத்திக்கொண்டன . இது 2002ஆம் ஆண்டுவரை செயல்பட்டுவந்தது.

இந்தக் கூட்டணி அமைக்கப்பட்டதைத் தொடர்ந்து பத்திரிகைகள், தொலைக்காட்சி மற்றும் பல்வேறான வெளியீடுகள் மூலம் தீவிரப் பிரசாரம் மேற்கொள்ளப்படலாயிற்று. பருவநிலை மாற்றத்தால் விபரீதம் ஏற்படும் என்று கருத்துக் கூறிய விஞ்ஞானிகளை வளைக்கப் பல உத்திகள் மேற்கொள்ளப்பட்டன. புவியின் சராசரி வெப்பநிலை அதிகரித்துவருகிறது என்ற உண்மையை அமுக்க எல்லா வழிகளும் கையாளப்பட்டன. பத்திரிகையாளர்கள் விலைக்கு வாங்கப் பட்டனர். ஒரு சில விஞ்ஞானிகளும்தான்.

விஞ்ஞானிகள் கூறியவற்றை ஆதரித்தவர்கள் இடதுசாரிகள் என்று வர்ணிக்கப் பட்டனர். நல்ல வேளையாக அவர்கள் அமெரிக்காவுக்கு எதிரான கம்யூனிஸ்டுகள் என வர்ணிக்கப்படவில்லை.

இதில் வேடிக்கையான ஓர் அம்சம் உண்டு. உலகில் கரியமிலவாயு சேர்மானம் பற்றியும் பருவநிலை மாறும் ஆபத்து பற்றியும் விரிவாக ஆராய்ந்து அவ்வப்போது ஆதாரங்களை வெளியிட்டவர்களில் பெரும்பாலோர் அமெரிக்க விஞ்ஞானிகளே. அமெரிக்காவின் தலைசிறந்த பல்கலைக்கழகங்களைச் சேர்ந்த விஞ்ஞானிகளும் இவர்களில் அடங்குவர்.

அவர்கள் கூறிய கருத்துகளை முறியடிக்க அமெரிக்கத் தொழில் வர்த்தகத் துறையின் பெரிய பன்னாட்டு நிறுவனங்கள் வரிந்துகட்டிக்கொண்டு செயல் பட்டன. கரியமிலவாயு சேர்மானத்தால் எந்த ஆபத்தும் ஏற்பட்டுவிடாது என்று நிலைநிறுத்தப் போலி ஆராய்ச்சிக் கட்டுரைகள் வெளியிடப்பட்டன. பூமியில் சராசரி வெப்பநிலை உயரலாம். ஆனால், இதற்குக் கரியமிலவாயு காரணமே அல்ல என்பது அவர்களின் பிரதான வாதமாகும். அமெரிக்காவிலும் ஓரளவில் இங்கிலாந்திலும் இவர்கள் உச்ச ஸ்தாயியில் குரல் எழுப்பி வருகின்றனர். உலகில் பருவநிலை எப்போதும் ஒரே மாதிரியாக இருந்ததில்லை; கடந்த 200 ஆண்டுகளில் அவ்வப்போது மாறிவந்துள்ளது; பூமியின் சராசரி வெப்பநிலை ஏறுவதும் இறங்குவதுமாகவே இருந்துவந்திருக்கிறது; இதைக் கரியமிலவாயுடன் முடிச்சுப் போட்டு உலகில் விபரீத விளைவுகள் ஏற்படப்போகிறது என்று பயமுறுத்துவது அர்த்தமற்றது என்று அவர்கள் கூறுகின்றனர். கரியமிலவாயு சேர்மானத்தால் விபரீத விளைவுகள் ஏற்படப்போகிறது என்று வாதிக்க அறிவியல் அடிப்படையே கிடையாது என்றும் அவர்கள் கூறுகின்றனர். அரசியல்வாதிகள் ஒரு நிலையை எடுத்துவிட்டு அதற்கு ஆதரவாக ஏதேதோ கூறுவர். இப்போது நடப்பது அது மாதிரியான அரசியல் வாதமே என்று அவர்கள் வாதிக்கின்றனர்.

இது ஒரு புறம் இருக்க, அதிபர் புஷ்ஷுக்குப் பிறகு 2009ஆம் ஆண்டில் பதவிக்கு வந்த அதிபர் ஒபாமா பருவநிலை மாற்றங்களைத் தடுப்பதற்கான நடவடிக்கைகளுக்கு ஆதரவான போக்கை மேற்கொண்டார். ஆனால், அமெரிக் கச் சட்டமன்றம் அவ்வித ஆதரவான போக்கைக் கடைப்பிடிப்பதாக இல்லை. குடியரசுக் கட்சி ஆட்சியின் கீழ் உள்ள மாகாணங்களும் எதிரான நிலை பாட்டையே எடுக்கின்றன.

2015இல் நடந்த பாரிஸ் மாநாட்டில் அமெரிக்கா கையெழுத்திட்டுள்ள போதிலும், அந்த உடன்பாடு அமெரிக்காவைக் கட்டுப்படுத்துவதாகிவிடாது. ஏனெனில், எந்த உடன்பாடாக இருந்தாலும் அது அமெரிக்கச் சட்டமன்றத்தால் அங்கீகரிக்கப்பட்டாக வேண்டும். அமெரிக்காவின் மேல்சபை எனப்படும் செனட் சபையில் குடியரசுக் கட்சி உறுப்பினர்கள் பொதுவாக நிலக்கரி, பெட்ரோலியத் தொழில் துறைகளின் ஆதரவாளர்களாகவே உள்ளனர்.

இந்தப் பிரச்சினை போதாதென 2016ஆம் ஆண்டு நவம்பரில் அமெரிக்காவில் புதிய அதிபர் தேர்தல் நடந்துமுடிந்திருக்கிறது. குடியரசுக் கட்சி வேட்பாளர் வெற்றிபெற்றிருக்கிறார். புதிய குடியரசுத் தலைவர் பருவநிலைபற்றி விவா தத்துக்குரிய கருத்துகளைத் தெரிவித்திருப்பவர். இவர் போகப்போக எம்மாதிரி முடிவுகள் எடுப்பார் என்பதைப் பொறுத்துத்தான் பார்க்க வேண்டும்.

அமெரிக்காவைப் பற்றி இவ்வளவு விவரமாகக் கூறக் காரணம் உண்டு. காற்று மண்டலத்தில் கரியமிலவாயு சேர்மானத்தில் உலகில் நீண்ட காலம் அமெரிக்கா முதலிடம் வகித்தது. இப்போது இரண்டாமிடம். எனவே உலக அளவில் இந்த விஷயத்தில் அமெரிக்கா இந்த வகைக் கட்டுப்பாடுகளை ஏற்கச் சம்மதிக்குமேயானால் பிரச்சினையில் பெரும் பங்கு தீர்ந்ததாகிவிடும். குறிப் பிட்ட ஏற்பாட்டுக்கு அமெரிக்கா சம்மதிக்குமேயானால் மற்ற நாடுகளை சம்மதிக்க வைப்பது பெரும் பிரச்சினையாக இருக்காது.

இங்கு ஒன்றைக் குறிப்பிட்டாக வேண்டும். கரியமிலவாயுவை வெளியிடுவதில் முதலிடம் வகிக்கும் சீனா அடிப்படையில் ஒரு வளரும் நாடு என்று வகைப்படுத்தப்பட்டிருக்கலாம். ஆனால், உலகின் ஐந்து வல்லரசு நாடுகளில் ஒன்றாக விளங்கும் சீனா, பல விஷயங்களிலும் தன்னை அமெரிக்காவுக்கு ஈடான நாடு போன்றே காட்டிக்கொண்டுவருகிறது. ஆனால் கரியமிலவாயு சேர்மானம் என்ற பிரச்சினை வரும்போது மட்டும் அது வளரும் நாடு என்ற போர்வைக்குள் புகுந்துகொள்ள முற்படுகிறது என்பது சுட்டிக்காட்டப்படுகிறது.

நபர்வாரி கரியமிலவாயு வெளிப்பாடு என்ற அளவுகோலின்படி பார்த்தாலும் சரி, சீனாவை ஒரு வளரும் நாடு என்று வகைப்படுத்த முடியாது. சீனாவின் நபர்வாரி கரியமிலவாயு வெளிப்பாடு 2013ஆம் ஆண்டு நிலவரப்படி 7.2 டன்களாகும். இது ஐரோப்பியக் கூட்டமைப்பு நாடுகளின் நபர்வாரி வெளிப்பாட்டை (6.8) விட அதிகம். ஐரோப்பியக் கூட்டமைப்பு நாடுகள் முன்னேறிய நாடுகளாக வகைப்படுத்தப்பட்டு கியோட்டோ உடன்பாட்டில் அவற்றுக்குக் கரியமிலவாயு வெளிப்பாடு குறித்து கட்டுப்பாடுகள் விதிக்கப்பட்டன. ஆனால் முன்னேறிய நாடுகளுக்கு இணையாக அல்லது அவற்றைவிட அதிக நபர்வாரி வெளிப்பாட்டைக் கொண்ட சீனாமீது எவ்விதக் கட்டுப்பாடும் விதிக்கப்படவில்லை.

சீனா இவ்விதம் இரட்டை வேடம் போட்டுக்கொண்டிருக்க, அமெரிக்கா உட்பட மேற்கத்திய நாடுகளின் ஊடகங்கள் சந்தர்ப்பம் கிடைக்கும்போதெல்லாம் சீனாவுடன் இந்தியாவையும் சேர்த்துக்கொண்டு இந்த இரு நாடுகளால் எதிர்காலத்தில் கரியமிலவாயு சேர்மானம் கடுமையாகலாம் என்று கூற முற்படுகின்றன. ஆனால், இந்தியாவின் நபர்வாரி கார்பன் வெளிப்பாடு 1.9 டன் மட்டுமே என்பதை அவை மறந்துவிடுகின்றன.

இந்த விவகாரத்தில் இந்தியாவின் நிலைப்பாடு தெளிவாக உள்ளது. ஐரோப்பாவில் தொழிற்புரட்சி தொடங்கிய காலத்திலிருந்து மேற்கத்திய நாடுகளே காற்று மண்டலத்தில் ஏராளமான கரியமிலவாயுவைச் சேர்த்து வந்துள்ளன என்பதை இந்தியா சுட்டிக்காட்டியிருக்கிறது. முன்னேறிய மேற்கத்திய நாடுகளில் வாழ்க்கைப் பாணியானது சொகுசு வாழ்க்கையாக உள்ளது; அவர்களுடைய இந்த வாழ்க்கைப் பாணி இதே போல நீடிக்குமானால் ஒரு பூமி போதாது, ஐந்து பூமிகள் தேவைப்படும் என்று இந்தியா எடுத்துக்கூறியிருக்கிறது.

உலகில் கரியமிலவாயு சேர்மானத்தைக் குறைப்பதென்றால் வளரும் நாடுகள் புதிய தொழில்நுட்பத்துக்கு மாறுவதற்கு வசதியாக அந்த நாடுகளுக்கு நிதி உதவி வழங்கப்பட வேண்டும், இதற்கென தனி நிதி ஏற்படுத்தப்பட வேண்டும், தொழில்நுட்ப உதவி வழங்கப்பட வேண்டும் என்று இந்தியா கோருகிறது. முன்னேறிய நாடுகள் இவ்விதம் நிதி ஒதுக்க முன்வந்துள்ளன என்றாலும் அது போதுமானதாக இல்லை.

* * * * *

## 14 இந்தியா எப்படிப் பாதிக்கப்படும்?

இந்தியாவின் பொருளாதாரத்தில் தென்மேற்குப் பருவமழை முக்கியப் பங்கு வகிக்கிறது. மே மாதக் கடைசியில் அல்லது ஜூன் முதல் வாரத்தில் தொடங்கும் இப்பருவமழையானது இந்திய மக்களின் வாழ்வாதாரத்தை நிர்ணயிப்பதாக உள்ளது.

இப்பருவமழை எல்லா ஆண்டுகளிலும் சீராக இருப்பதில்லை. மழை குறைவாகப் பெய்யும் ஆண்டுகளில் பயிர் விளைச்சல் பாதிக்கப்படுகிறது. வறட்சி நிலவுகிறது. குடி தண்ணீர் பற்றாக்குறையும் ஏற்படுகிறது.

நாட்டின் பெரும்பாலான பகுதிகளில் நிலையான பாசன வசதி இல்லாத நிலையில் பருவமழை சரியாகப் பெய்யாவிட்டால் ஏற்படும் பாதிப்புகள் அதிகம்.

இப்பருவமழை குறித்துப் பல ஆண்டுகளாக இந்திய நிபுணர்கள் ஆராய்ந்துள்ளனர். அவர்கள் மட்டுமின்றி, பிற நாடுகளின் நிபுணர்களும் ஆராய்ந்துவருகின்றனர். ஆனால் தென்மேற்குப் பருவமழைபற்றி இன்னமும் விரிவாக அறியப்பட்டுள்ளதாகச் சொல்ல முடியாது. இதெல்லாம் போதாதென, தென் அமெரிக்காவின் மேற்குக் கரை ஓரமாகக் கடலில் அவ்வப்போது தோன்றும் எல் நினோ என்ற நிலைமையும் இந்தியாவின் தென்மேற்குப் பருவமழையைப் பாதிக்கிறது. தென் அமெரிக்காவின் மேற்குக் கரையோரமாகக் கடலில் வெப்பநிலை சற்றே அதிகரித்தால் அது எல் நினோ நிலைமை எனப்படுகிறது. எல் நினோ நிலைமை தோன்றினால் அதன் விளைவாக இந்தியாவில் தென்மேற்குப் பருவமழைக் காலத்தில் மழை குறைந்துவிடுகிறது. தென் அமெரிக்காவின் மேற்குக் கரையில் எல் நினோ தோன்றும் பகுதியில் கடல் வெப்பநிலை குறைந்தால் லா நினா என்ற நிலை ஏற்படுகிறது. லா நினா தோன்றினால் இந்தியாவில் மழை அதிகரிப்பதாகக் கண்டறியப்பட்டுள்ளது.

கரியமிலவாயு சேர்மானத்தால் பருவநிலை மாறும்போது அது இந்தியாவையும் பாதிக்கும் என்பதை ஏற்கனவே கவனித்தோம். உலகில் எவ்விதமான மாறுதல்கள் ஏற்படும் என்பதை விரிவாக ஆராய்ந்து அறிக்கை வெளியிட்டுள்ள உலக நாடுகள் குழு (IPCC) இந்தியா பற்றியும் குறிப்பிட்டுள்ளது. குழு அமைக்கப்பட்ட இரண்டு ஆண்டுகளில் அதாவது 1990ஆம் ஆண்டில் முதல் அறிக்கை அளிக்கப்பட்டது. பின்னர் 1995ஆம் ஆண்டு, 2001ஆம் ஆண்டு, 2007ஆம் ஆண்டு 2008ஆம் ஆண்டு என ஐந்து முறை அந்தக் குழு அறிக்கைகளை அளித்தது.

இந்தியாவைப் பொறுத்தவரையில் பருவநிலை மாற்றங்கள் ஏற்கனவே தெரிய ஆரம்பித்துள்ளதாகக் கூறலாம். இந்தியாவில் 2015 கோடையில் பல மாநிலங்களிலும் இதுவரை இல்லாத அளவுக்குக் கடும் வெயில் அடித்தது. 2500க்கும் அதிகமானவர்கள் வெயிலுக்குப் பலியானார்கள். ஆந்திர மாநிலத்திலும் தெலுங்கானாவிலும்தான் மிக அதிகமானவர்கள் உயிரிழந்தனர். இதற்குக் காரணம் உண்டு. ஜூன் மாதம் மூன்றாவது வாரத்தில் சூரியன் கடகரேகைக்கு நேர் மேலே இருக்கும். பின்னர் தெற்கு நோக்கி நகரும். அந்த அளவில் வட மாநிலங்களில் சூரியன் தலைக்கு நேர் மேலே ஒரு தடவைதான் வருகிறது. ஒரு நிபுணர் கூறியபடி, வட மாநிலங்களில் சுமார் 30 நாட்கள் மட்டுமே கடும் வெயில் அடிக்கிறது. ஆந்திரம், தமிழ்நாடு ஆகிய மாநிலங்களில் சூரியன் இரண்டு முறை நேர் மேலே வருகிறது.

தமிழகத்தைப் பொறுத்தவரை சூரியன் முதல் முறை நேர் மேலே வருவதற்கும் (மே மாதம்) இரண்டாம் தடவை நேர் மேலே வருவதற்கும் (ஆகஸ்ட்) இடைவெளி இருக்கிறது. ஆந்திரத்திலும் தெலுங்கானாவிலும் இந்த இடைவெளி குறைவு. ஆகவே அங்கு வெயிலும் அதிகம். வெயில் சாவுகளும் அதிகம்.

ஆனால், வெயில் சாவுகள் குறித்த அதிகாரபூர்வ எண்ணிக்கை உண்மை நிலையை எடுத்துக் கூறுவதாகச் சொல்ல முடியாது. குஜராத்தின் ஆமதாபாத்தில் நடத்தப்பட்ட ஆய்வு இதைக் காட்டுகிறது. ஆமதாபாத்தில் பொதுவாக வெயில் அதிகம். கோடையில் வெயில் 43 டிகிரியை (செல்சியஸ்) எட்டுவது சகஜம். ஒரு சமயம் இது 47 ஆகவும் இருந்துள்ளது. 2010ஆம் ஆண்டில் வெயில் 48.6 டிகிரி ஆக இருந்த ஒரே நாளில் வெயில் சாவுகள் எண்ணிக்கை 300 ஆக இருந்தது.

இதை மனதில் கொண்டு இந்தியாவில் வேறு எங்கும் இல்லாத அளவில் ஆமதாபாத் நகரில் வெயில் சாவுத் தடுப்புத் திட்டம் மேற்கொள்ளப்பட்டுள்ளது. இத்திட்டத்தின் கீழ் நகரில் ஆங்காங்கு தனியார் நிறுவனங்களின் மாடிகளில் எலக்ட்ரானிக் அறிவிப்புப் பலகைகள் உள்ளன. அவற்றில் அவ்வப்போது உள்ள வெயில் அளவு தொடர்ந்து தெரிவிக்கப்படுகிறது. கடும் அனல் காற்று வீசும்போல இருந்தால் மக்கள் உஷார்படுத்தப்படுகின்றனர். மருத்துவமனைகளில் அவசர சிகிச்சைப் படுக்கைகள் தயாராக வைக்கப்படுகின்றன. டாக்டர்களின் விடுப்பு ரத்து செய்யப்படுகிறது. தெற்காசியாவிலேயே இப்படியான வெயில் சாவு தடுப்புத் திட்டம் நடைமுறையில் உள்ள ஒரே நகரம் ஆமதாபாத் ஆகும்.

பருவநிலை மாற்றத்தால் ஏற்படுவது வெயில் அதிகரிப்பு மட்டுமல்ல. பருவ மழைக் காலத்தில் போதுமான அளவுக்கு மழை பெய்யாது போகலாம். காலம் தவறிக் கடுமையான மழை பெய்யலாம். அதுவும் பெரிய பிரச்சினையே.

இமயமலைச் சரிவில் அமைந்த உத்தரகண்ட் மாநிலத்தில் 2013ஆம் ஆண்டு ஜூன் மாதம் பெய்த பயங்கர மழையின் விளைவாக சுமார் 5700 பேர் மாண்டனர். சாவு எண்ணிக்கை அதிகமாக இருந்ததற்குத் தவறான முறையில் மேற்கொள்ளப் பட்ட சில திட்டங்கள் காரணம் என்றாலும், இவ்விதப் பேய் மழைக்கும் பருவநிலை மாற்றத்துக்கும் காரணம் உண்டா என்ற கேள்வி எழுகிறது. இதே போல சென்னை நகரில் 2015 டிசம்பரில் மிகக் கடுமையான மழை பெய்து பெரும்

பாதிப்பு ஏற்பட்டது. வழக்கமான மழைக் காலத்தில் பெய்த மழை என்றாலும் அது விபரீதமான அளவுக்கு பெய்த மழையாக இருந்தது.

பருவநிலை மாற்றத்தால் ஏற்படக்கூடிய மற்றொரு கடும் பிரச்சினை வறட்சியாகும். வறட்சி நிலைமைகளால் விவசாயம் பாதிக்கப்படும் என்பதுடன் கடும் குடிநீர்ப் பற்றாக்குறையையும் சமாளிக்க வேண்டியிருக்கும். இந்தியாவில் நிலத்தடி நீர் அதிக அளவில் எடுக்கப்படும் பின்னணியில் பார்க்கும்போது வறட்சி நிலைமை எதிர்காலத்தில் பெரிய பிரச்சினையாக உருவெடுக்கலாம். நிலத்தடி நீரை அளவுக்கு மீறி உறிஞ்சினால் நிலம் உள்ளே இறங்குவது போன்ற விளைவுகள் ஏற்படலாம் என்று நிபுணர்கள் கருதுகின்றனர். ஸ்பெயின் நாட்டில் 2011ஆம் ஆண்டில் லார்கா என்னுமிடத்தில் பூகம்பம் ஏற்பட்டது. கனடா நாட்டைச் சேர்ந்த நிபுணர்கள் இந்தப் பூகம்பம் பற்றி ஆராய்ந்தபோது ஏற்கனவே பூகம்ப ஆபத்து உள்ள பகுதியில் அளவுக்கு மீறி நிலத்தடி நீரை எடுத்ததன் விளைவாக நிலம் உள்ளே இறங்கியதால் இந்தப் பூகம்பம் ஏற்பட்டிருக்கலாம் என்று கருத்து தெரிவித்தனர்.

இந்தியாவில் ஒன்பது மாநிலங்கள் கடலோரமாக அமைந்துள்ளன. கடல் நீரிலிருந்து குடிநீரைப் பெறுவதில் வளைகுடா நாடுகள் காட்டியுள்ள முன்னுதாரணத்தைப் பின்பற்றினால் இந்தக் கடலோர மாநிலங்களில் குடிநீர்ப் பிரச்சினையைப் பெருமளவுக்குச் சமாளிக்க இயலும்.

கடல்நீரைக் குடிநீராக மாற்றுவது என்பது கடந்த பல ஆண்டுகளாக நடந்து வருவதாகும். உலகில் 17,000 கடல்நீர் சுத்திகரிப்பு ஆலைகள் உள்ளன. இவற்றில் 70 சதவீதம் வளைகுடா நாடுகளில் உள்ளன. சவூதி அரேபியா, குவைத், யுஏஇ, கத்தார், ஓமான், பஹ்ரைன் ஆகிய நாடுகளில் கடல்நீரைச் சுத்திகரிக்கும் ஆலைகள் நிறையவே உள்ளன. குவைத், கத்தார் ஆகிய இரு நாடுகளிலும் தண்ணீர்த் தேவை முழுவதும் கடல்நீரைச் சுத்திகரிப்பதன் மூலம் நிறைவு செய்யப்படுகிறது. இந்த நாடுகள் பெட்ரோலிய எண்ணெய் வளம் கொண்டவை. ஆகவே அவற்றின் வருமானம் அதிகம். பெட்ரோலிய எண்ணெய் கிடைப்பதால் எரிபொருள் செலவு பெரிய விஷயமல்ல.

எப்படியாவது தண்ணீர் பிரச்சினையைச் சமாளித்தாக வேண்டும் என்ற நிலையில் இந்தியாவின் கடலோர மாநிலங்கள் எதிர்காலத்தில் கடல்நீரைக் குடி நீராக மாற்றுவதில் கவனம் செலுத்தினால் பருவநிலை மாற்றங்களால் ஏற் படும் பாதிப்புகளைப் பெருமளவு சமாளிக்க இயலும். தமிழகத்தில் சென்னையிலும் பிற இடங்களிலும் ஏற்கனவே கடல்நீர் சுத்திகரிப்பு ஆலைகள் செயல்பட்டுவருகின்றன.

கடல்நீரைச் சுத்திகரிப்பதற்குச் செலவு அதிகம்தான். ஆனால் நிலத்தடியி லிருந்து நீர் எடுப்பதற்கு ஆகும் செலவு எதிர்காலத்தில் அதிகரிக்கும்போது கடல் நீரைச் சுத்திகரிப்பதற்கு ஆகும் செலவு அவ்வளவு அதிகமில்லை என்ற நிலை ஏற்படும்.

கடல்நீரை நல்ல நீராக மாற்றுவதற்கு ஒன்றுக்கும் மேற்பட்ட தொழில்நுட்பங்கள் உள்ளன. ஒரு குறிப்பிட்ட முறையைப் பின்பற்றி, சூரிய ஒளியைக் கொண்டு கடல்நீர் சுத்திகரிப்பு நிலையங்களை இயக்க முடியலாம் என்று நிபுணர்கள் கருதுகின்றனர். இது தொடர்பாக சவூதி அரேபியாவில் ஆராய்ச்சி நடைபெற்று வருகிறது. இந்தியாவிலும் இது தொடர்பாக ஆராய்ச்சி மேற்கொள்ளலாம்.

இவையெல்லாம் ஒரு புறம் இருக்க, பருவநிலை மாற்றத்தைத் தடுக்கும் நோக்கில் கரியமிலவாயு வெளிப்பாட்டைக் குறைத்துக்கொள்ள இந்தியாவுக்கும் கடமை உள்ளது. கரியமிலவாயு வெளிப்பாட்டைக் குறைத்துக்கொள்வது என்பது பிரச்சினையில் பாதியே. கரியமிலவாயுவை வெளிப்படுத்தும் நிலக்கரி, பெட்ரோல், டீசல் ஆகியவற்றுக்கு மாற்றாக சூரிய ஒளி, காற்று ஆகியவற்றுக்கு மாறுவது பிரச்சினையின் மீதிப் பாதியாகும்.

\* \* \* \* \*

## 15 சூரிய ஒளியிலிருந்து மின்சாரம்

புவியின் சராசரி வெப்பம் அதிகரிப்பதைத் தடுக்க, நாம் நிலக்கரியையும் பெட்ரோலிய வகை எண்ணெய்களையும் கைவிட்டாக வேண்டும் என்ற நிலையில், மின்சாரத் தேவைக்கு இனி சூரியனை நம்பி இருக்க வேண்டும் என்ற நிலைக்கு வந்து நிற்கிறோம். நமது மொத்த மின்சாரத் தேவையையும் சூரியன் மூலம் தீர்த்துக்கொள்ள முடியும் என்று விஞ்ஞானிகள் கருதுகிறார்கள்.

சூரியனின் ஆற்றல் மிகப் பெரியது. சூரியனிலிருந்து கிடைக்கும் வெப்பம் இல்லாவிட்டால் பூமியில் உயிரினம் எதுவுமே சாத்தியமில்லை. இது ஒரு புறம் இருக்க, அன்றாட வாழ்க்கையில் நாம் நெடுங்காலமாக சூரியனின் வெப்பத்தைப் பல வகைகளிலும் பயன்படுத்திவருகிறோம்.

விவசாயிகள் ஈர நெல்லை வெயிலில் காயப்போடுகிறார்கள். மிளகாயைக் காயப் போடுகிறார்கள். நாம் வெயிலில் துணியை உலரப்போடுகிறோம். கோடையில் நல்ல வெயில் அடிக்கும்போது இல்லத்தரசிகள் வடகம் போடுவதில் மும்முரம் காட்டுகிறார்கள். குளிர் காலமாக இருந்தால் மலைப் பகுதிகளில் ஏழை மக்கள் பகலில் திறந்தவெளியில் வெயிலில் அமர்ந்து குளிர்காய்கிறார்கள். இப்படிக் கூறிக்கொண்டே போகலாம்.

விஞ்ஞானிகள் சூரிய ஒளியை மின்காந்த அலைகள் என்று வர்ணிக்கின்றனர். சூரிய ஒளியில் சுமார் 42 சதவீதம் ஒளி அலைகளாகும். சுமார் 52 சதவீதம் அகச் சிவப்புக் கதிர்களாகும். மூன்று முதல் ஐந்து சதவீதம் புறஊதாக் கதிர்களாகும். இவற்றில் ஒளி அலைகள் மட்டுமே நம் கண்ணுக்குத் தெரியக்கூடியவை.

சூரிய ஒளியை மின்சாரமாக மாற்ற இயலும் என 100 ஆண்டுகளுக்கு முன்னரே கொள்கை அளவில் கண்டுபிடிப்புகள் நிகழ்ந்தபோதிலும் 1950களில் இதற்கு உருப்படியான வடிவம் கொடுத்தாக வேண்டிய அவசியம் ஏற்பட்டது. அதாவது, பூமியைச் சுற்றும் செயற்கைக்கோள்களுக்காகச் சூரிய ஒளியை மின்சாரமாக மாற்றும் சோலார் செல்கள் உருவாக்கப்பட்டன.

அமெரிக்காவின் பெல் லாப்ஸ் நிறுவனம் 1954ஆம் ஆண்டில் உலகின் முதலாவது சோலார் செல்லை உருவாக்கியது. 1958ஆம் ஆண்டில் அமெரிக்க விண்வெளியில் செலுத்தப்பட்ட வான்கார்ட்-1 என்னும் செயற்கைக்கோளில் சோலார் செல்கள் இடம்பெற்றிருந்தன.

சூரியனைப் பூமி சுற்றி வருகிறது. அதேபோல செயற்கைக்கோள்கள் இயற்கை விதிகளின் அடிப்படையில் பூமியைச் சுற்றுகின்றன. அவை பூமியைச் சுற்றிச்சுற்றி வருவதற்கு எந்த எரிபொருளும் தேவையில்லை. ஆனால் பல ஆண்டுக் காலம் விண்வெளியில் செயல்படக்கூடிய செயற்கைக்கோளில் இடம்பெறும் கருவிகள் தொடர்ந்து பூமிக்குத் தகவல்களை அனுப்புவதற்கு மின்சாரம் தேவை.

அவற்றில் மின்கலன்களை வைத்து அனுப்பினால் அதிக நாள் தாங்காது. அந்தக் காரணத்தால்தான் சூரிய ஒளியை மின்சாரமாக மாற்றுவதற்கான சோலார் செல்களை உருவாக்க வேண்டிய அவசியம் ஏற்பட்டது. 1962ஆம் ஆண்டில் அமெரிக்கா விண்வெளிக்கு அனுப்பிய டெல்ஸ்டார் செயற்கைக்கோள் தகவல் தொடர்புக்கு சோலார் செல்களைப் பயன்படுத்தியது.

ஆரம்பத்தில் அமெரிக்காவும் ரஷியாவும் விண்வெளியில் செலுத்திய வான் கார்ட், டெல்ஸ்டார், ஸ்புட்னிக் போன்ற விண்கலங்களில் சோலார் செல்கள் அந்த விண்கலங்களின் வெளிப்புறத்தில் பதிக்கப்பட்டிருந்தன. வான்கார்ட் செயற்கைக்கோளில் (எடை 1.47 கிலோ) பதிக்கப்பட்டிருந்த சோலார் செல்கள் சுமார் ஏழு ஆண்டுகள் செயல்பட்டன. அதே நேரத்தில் அந்தச் செயற்கைக் கோள்களில் ஒன்றில் குறிப்பிட்ட ஒரு கருவி செயல்படுவதற்காக வைக்கப் பட்டிருந்த மின்கலன்கள் 20 நாட்களில் செயலிழந்தன.

செயற்கைக்கோள் தொழில்நுட்பத்திலும், சோலார் செல் தொழில்நுட்பத்திலும் பின்னர் விரைவாக ஏற்பட்ட முன்னேற்றங்களின் பலனாகச் செயற்கைகோளின் இரு புறங்களிலும் இறக்கைபோன்ற பெரிய சோலார் செல் பலகைகள் பொருத்தப்பட்டன. இவை நிறைய மின்சாரத்தை அளிப்பவை. இப்போது இந்தியா அனுப்பும் செயற்கைக்கோள்களிலும் சோலார் செல்கள் இடம்பெற்றிருக்கின்றன.

அமெரிக்காவும் ரஷ்யாவும் யார் முதலில் சந்திரனுக்கு மனிதனை அனுப்புவது என்று 1960களில் கடும் போட்டா போட்டியில் ஈடுபட்டிருந்த காலத்தில் இரு நாடுகளும் செலவைப் பார்க்காமல் விண்வெளித் துறைக்கும் அது தொடர்பான ஆராய்ச்சிகளுக்கும் நிறையப் பணம் ஒதுக்கின. சோலார் செல் தொழில்நுட்பம் வேகமாக வளர்ந்ததற்கு இதுவும் முக்கியக் காரணம். சோலார் செல்களை உருவாக்குவது என்பது ஆரம்பத்தில் பெரும் செலவு பிடிக்கிற விஷயமாக இருந்தது. எனவேதான் அவை நீண்ட காலம் விண்வெளித் துறையில் மட்டுமே இடம்பெற்றிருந்தன.

பின்னர் ஒரு கட்டத்தில் சோலார் பலகைகளைத் தயாரிப்பதற்கான செலவு குறையத் தொடங்கியது. அப்போதும்கூட கைக்கடிகாரங்கள், கால்குலேட்டர்கள் போன்றவற்றில் மட்டுமே சிறிய சோலார் செல்கள் இடம்பெற்றன.

அடுத்து 1970களிலும் 1980களிலும் ஏற்பட்ட தொழில்நுட்ப முன்னேற்றங்களின் பலனாக ஆகாயத்தில் மட்டுமே இடம்பெற்றிருந்த சோலார் செல்கள் பூமியிலும் பயன்படுத்தப்படலாயின. சூரிய ஒளியை மின்சாரமாக மாற்றுவதில் சோலார் செல்களின் திறன் அதிகரிக்கலாயிற்று என்பது ஒரு முக்கிய காரணம். சோலார் செல்களின் விலை பெரிதும் குறைந்தது என்பதும் காரணமாகும்.

சோலார் பலகைமீது விழும் சூரிய ஒளி எந்த அளவுக்கு மின்சாரமாக மாற்றப் படுகிறது என்பதை வைத்து சோலார் பலகைகளின் திறன் மதிப்பிடப்படுகிறது. வான்கார்ட் செயற்கைகோளில் பதிக்கப்பட்ட சோலார் செல்களின் திறன் வெறும் 6 சதவீதமாக இருந்தது. 1980களில் இத்திறன் அதிகரிக்க ஆரம்பித்து 2006ஆம் ஆண்டில் சோலார் பலகைகளின் திறன் 40 சதவீத அளவை எட்டியது. 2014ஆம் ஆண்டு டிசம்பரில் பிரான்ஸ் நாட்டில் உள்ள ஒரு நிறுவனம் ஜெர்மனியைச் சேர்ந்த பிராயன்ஹோபர் ஆராய்ச்சிக்கழக உதவியுடன் 46 சதவீதத் திறன் கொண்ட சோலார் செல்லைத் தயாரித்துச் சாதனை படைத்தது.

பொதுவாக வீடுகள், அலுவலகங்கள், ஆலைகள் ஆகியவற்றின் கூரைகள்மீது இப்போது நிறுவப்படும் சோலார் பலகைகளின் திறன் இந்த அளவுக்கு இருக்காது. இருந்தாலும் நடைமுறையில் இவை போதுமான மின்சாரத்தை உற்பத்தி செய்பவையாக இருக்கின்றன.

உலகில் இப்போது சோலார் பலகைகளைத் தயாரிக்க பல்வேறு நாடுகளிலும் நிறைய எண்ணிக்கையில் நிறுவனங்கள் உள்ளன. எனினும், கடந்த சுமார் ஐந்து ஆண்டுகளில் சீனாவும் தைவானும் உலகில் ஆதிக்கம் செலுத்தத் தொடங்கி யுள்ளன. உலகில் இப்போது பல நாடுகளும் வாங்கிப் பயன்படுத்தும் சோலார் செல்களில் சுமார் 76 சதவீதம் சீனாவிலும் தைவானிலும் தயாரிக்கப்படுவதாகும்.

சூரிய ஒளி என்பது போட்டான்களே. போட்டான்களை ஒளி இம்மிகள் என்றும் கூறலாம். சோலார் பலகைகள்மீது சூரிய ஒளி படும்போது எலக்ட்ரான்கள் விடுவிக்கப்படுகின்றன. இந்த எலக்ட்ரான்களை வழிப்படுத்தி ஓட வைக்கும் போது மின்சார ஓட்டம் நிகழ்கிறது. சோலார் செல்கள் மின்சாரத்தை உற்பத்தி செய்வதில் அடங்கிய அடிப்படை தத்துவம் இதுதான்.

சூரிய ஒளி மூலம் மின்சாரத்தை உற்பத்தி செய்வதில் பல சாதகங்கள் உள்ளன. இந்த முறையில் மின்சாரத்தைத் தயாரிக்கும்போது காற்று மாசுபடுவதில்லை. கரியமிலவாயு போன்ற பசுமைக் குடில் வாயுக்கள் எதுவும் வெளிப்படுவதில்லை. அந்த அளவில் பூமி சூடேறுவது தவிர்க்கப்படுகிறது.

சோலார் பலகைகள் மூலம் மின்சார உற்பத்தி செய்வதற்கு நிலக்கரி, பழுப்பு நிலக்கரி, எரிவாயு, போன்ற எரிபொருட்கள் தேவையில்லை.

சூரிய ஒளி இலவசமாகக் கிடைப்பது. எனினும், காற்று மின்நிலையம் போலவே சூரிய மின்சாரத்துக்கும் ஆரம்ப முதலீடு அதிகம். சோலார் பலகைகள் விஷயத்தில் உள்ள முக்கியக் குறைபாடு பகலில்தான் மின்சாரம் பெற முடியும். ஏனெனில் சோலார் பலகைகள் மீது வெயில் விழுந்தால்தான் மின்சாரம் உற்பத்தியாகும்.

காற்று மின்சாரத்துக்கும் சூரிய மின்சாரத்துக்கும் அடிப்படையில் ஒரு முக்கிய வித்தியாசம் உண்டு. ஒவ்வொருவரும் தங்கள் வீட்டில் அல்லது அலுவலகத்தில் காற்று மின்சார ஆலைகளை நிறுவிக்கொள்ள முடியாது. ஓரளவுக்கு காற்று வீசும் இடத்தில்தான் அவற்றை அமைக்க முடியும். ஆனால் வெயில் என்பது பகல் நேரத்தில் உலகில் எங்கும் இருப்பது. எனவே எந்த இடத்திலும் சோலார் பலகை களைப் பொருத்த முடியும். தவிர, காற்று மின்நிலையங்களை அமைப்பதற்கான

மூலதனச் செலவு பெரிதாகக் குறையும் என்று தோன்றவில்லை. மாறாக, சூரிய மின்சாரத்துக்கான மூலதனச் செலவு கடந்த பல ஆண்டுகளில் வேகமாகக் குறைந்துவருகிறது. வருகிற ஆண்டுகளில் மேலும் குறையலாம். ஆகவேதான் உலகில் பல்வேறு நாடுகளிலும், குறிப்பாக அமெரிக்கா, பிரிட்டன், பிரான்ஸ், ஜெர்மனி போன்ற நாடுகளில் வீடுகள், அலுவலகங்கள், தொழிற்சாலைகள் ஆகியவற்றின் கூரைகளில் சோலார் செல் பலகைகளை நிறுவும் போக்கு அதிகரித்துவருகிறது. கட்டடங்களின் கூரைகளில் சோலார் செல் பலகைகளைப் பொருத்தினால் அப்படி என்ன மின்சாரம் கிடைத்துவிடப் போகிறது என்று நினைக்கலாம். அமெரிக்காவில் சான் பிரான்சிஸ்கோ நகரின் மக்கள் தொகை சுமார் எட்டரை லட்சம். அந்த நகரில் உள்ள கட்டடங்கள் அனைத்தின் கூரைகள்மீதும் சோலார் செல் பலகைகளைப் பொருத்தினால் 30 ஆயிரம் மெகாவாட் மின்சாரம் கிடைக்கும் என்று ஓர் ஆய்வு கூறுகிறது. 2015ஆம் ஆண்டு நிலவரப்படி சென்னை நகரின் மக்கள் தொகை 43 லட்சம். எல்லா கட்டடங்களிலும் கூரைகள் மீது சோலார் செல் பலகைகளைப் பொருத்தினால் ஏராளமான அளவுக்கு மின்சாரம் கிடைக்கும். மின்வெட்டு என்பதே இருக்காது.

மிக முன்னேறிய நாடுகளிலும் சரி, இப்போதுதான் சூரிய மின்சார உற்பத்தி ஆரம்பிக்கப்பட்டுள்ளது. ஜெர்மனியில் 2014ஆம் ஆண்டு நிலவரப்படி சூரிய ஒளி மூலம் 37 ஆயிரம் மெகாவாட் உற்பத்தி செய்யப்பட்டது. இது அந்த நாட்டின் மொத்த மின்சார உற்பத்தியில் சுமார் 7 சதவீதமாகும். இந்த விஷயத்தில் உலகிலேயே ஜெர்மனி முதலிடம் வகிக்கிறது. ஜெர்மனியுடன் ஒப்பிட்டால் அமெரிக்காவில் சூரிய ஒளி மூலம் 18 ஆயிரம் மெகாவாட் மின் சாரம் உற்பத்தியாகிறது. இது அமெரிக்காவின் மொத்த மின் உற்பத்தியில் 0.46 சதவீதமாகும். உள்ளபடி இந்தியா இதில் மிகவும் பின்தங்கியுள்ளது. 2015ஆம் ஆண்டு நிலவரப்படி இந்தியாவில் சூரிய ஒளி மூலம் மின்சார உற்பத்திக்கான வசதி வெறும் 3,300 மெகாவாட் ஆக இருந்தது.

இதில் வேடிக்கை என்னவென்றால் இந்தியாவில் ஓராண்டில் சராசரியாக 300 நாட்கள் நல்ல வெயில் அடிக்கிறது. தவிர, அமெரிக்கா மற்றும் ஐரோப்பிய நாடுகளுடன் ஒப்பிட்டால் இந்தியாவில் வெயிலின் கடுமை அதிகம். வேறு விதமாகச் சொன்னால் ஜெர்மனியில் ஓரிடத்தில் வைக்கப்படும் சோலார் செல் பலகையை அப்படியே எடுத்து வந்து இந்தியாவில் வைத்தால் அதே பலகை, ஜெர்மனியைவிட இந்தியாவில் அதிக மின்சாரத்தை உற்பத்தி செய்யும்.

ஆனால் இந்தியாவில் சூரிய ஒளி மூலம் மின்சாரத்தை உற்பத்தி செய்யக் கடந்த பல ஆண்டுகளில் போதிய முனைப்பு காட்டவில்லை. இதற்குப் பல காரணங்கள் உண்டு. சூரிய ஒளி மூலமான மின்சார உற்பத்திக்கு முதலீட்டுச் செலவு அதிகம் என்பது முக்கியக் காரணம். ஏற்கனவே நஷ்டத்தில் இயங்கிவரும் மாநில மின்வாரியங்கள் சூரிய ஒளி மின்சாரத்தின் பக்கம் திரும்பாததைப் புரிந்துகொள்ளலாம்.

மத்திய, மாநில அரசுகள் அளிக்கும் மானியத்தின் பலனாக அண்மைக் காலமாக வசதி படைத்தவர்கள் சூரிய மின்சாரத்தின் பக்கம் திரும்ப ஆரம்பித்துள்ளனர்.

கூரைகளில் சோலார் செல் பலகைகளை நிறுவுவதில் பெரிய நிறுவனங்கள் இப்போதுதான் ஓரளவு அக்கறை காட்ட முன்வந்துள்ளன.

இந்திய அரசு சூரிய மின்சார உற்பத்தியை 2017ஆம் ஆண்டு வாக்கில் 10 ஆயிரம் மெகாவாட் ஆகவும் 2022ஆம் ஆண்டு வாக்கில் ஒரு லட்சம் மெகாவாட் ஆகவும் அதிகரிக்கத் திட்டமிட்டுள்ளது. இது ஈடேறுமா என்பது பல அம்சங்களைப் பொறுத்தது.

சோலார் செல் பலகைகள் மூலம் மின்சாரம் உற்பத்தி செய்யும் முறையை இதுவரை கவனித்தோம். சூரியன் மூலம் வேறு வகையிலும் மின்சாரம் தயாரிக்க முடியும். இதைச் சூரிய வெப்ப முறை என்று வர்ணிக்கலாம்.

## சூரிய வெப்பத்தின் மூலம் மின்சாரம்

திறந்தவெளியில் மிக உயரமான பெரிய தூண். அதன் உச்சியில் ஒரு தொட்டியில் தண்ணீர் அல்லது வேறு திரவம். அந்தத் தூணைச் சுற்றிலும் தரையில் எண்ணற்ற கண்ணாடி (முகம் பார்க்கும் கண்ணாடி) பலகைகள். அவை அனைத்தும் தூணின் உச்சியில் உள்ள தொட்டியைப் பார்த்த மாதிரி அமைந்திருக்கும். கண்ணாடிகள்மீது விழும் சூரிய ஒளி பிரதிபலிக்கப்பட்டுக் குவியமாக நட்ட நடுவே தூண் மீதுள்ள தொட்டிமீது விழும். வானில் சூரியன் நகரநகர அதற்கேற்ப அக்கண்ணாடிகள் தகுந்தவாறு திரும்பி அந்தத் தொட்டிமீது ஒளியைத் திருப்பும் வகையில் கணினி ஏற்பாடு உண்டு.

நாலாப் புறங்களிலிருந்தும் சூரிய ஒளி திருப்பப்பட்டுத் தொட்டிமீது விழும் போது தொட்டியில் உள்ள நீர் அல்லது திரவம் கடுமையாகச் சூடேறும். பின்னர் அந்த வெப்பதைப் பயன்படுத்தி நீராவி உற்பத்தி செய்யப்படும். நீராவியைக் கொண்டு மின்சாரம் உற்பத்தி செய்யப்படும். இவ்வித மின்நிலையம் ஆங்கிலத்தில் Heliostat என்று அழைக்கப்படுகிறது.

இவ்விதச் சூரிய வெப்ப மின்நிலையத்தில் இரவிலும் மின் உற்பத்தி செய்ய இயலும். தரைக்கு அடியில் பெரிய தொட்டியில் உருகிய நிலையில் உப்பு இருக்கும். பகல் நேரத்தில் சூரியன் மூலம் பெறப்படும் வெப்பத்தைப் பயன்படுத்தி உருகிய நிலையில் உள்ள உப்பை நன்கு சூடேற்றுவார்கள். இரவில் இந்த வெப்பத்தைப் பயன்படுத்தி நீராவியை உண்டாக்கி மின்சாரத்தை உற்பத்தி செய்வார்கள். ஸ்பெயின் நாட்டில் இவ்வித மின்நிலையம் உள்ளது.

சூரிய வெப்பத்தை இவ்விதம் பயன்படுத்தும் சில மின்நிலையங்கள் அமெரிக்காவில் உள்ளன. கலிபோர்னியா மாகாணத்தில் மாஜோவே பாலைவனத்தில் 3500 ஏக்கர் நிலத்தில் அமைக்கப்பட்டுள்ள ஒன்று அதிகபட்சமாக சுமார் 370 மெகாவாட் மின்சாரத்தை உற்பத்தி செய்கிறது. ஆனால் இவ்விதம் மின்சாரத்தை உற்பத்திசெய்யும் முறை அதிக செலவு பிடிப்பதாகும். இந்த முறையில் ஒரு யூனிட் மின்சாரத்தின் விலையானது நிலக்கரி மூலம் உற்பத்தியாகும் மின்சாரத்தைப் போல இரண்டு மடங்காக உள்ளது. சூரிய வெப்பத்தைப் பயன்படுத்துகிற மின்நிலையங்கள் உலகில் ஒரு சிலவே உள்ளன. இவ்வித மின்நிலையத்தை

அமைக்க ஏக்கர் கணக்கில் நிலம் தேவை என்பது ஒரு முக்கியக் காரணம். இத்துடன் ஒப்பிட்டால் சோலார் செல் பலகைகளை எங்கு வேண்டுமானாலும் பொருத்தலாம். சிறிய வீட்டின் கூரைமீதும் பொருத்தலாம். பெரிய ஆலைகளின் கூரைகள்மீதும் பொருத்தலாம்.

எனினும், சோலார் செல் பலகைகளைப் பயன்படுத்தி மின்சாரம் தயாரிப்பதில் சில பாதக அம்சங்களும் உண்டு. காலை நேரத்தில் மின் உற்பத்தி குறைவாக இருக்கும். நண்பகலில் உயரும். மாலையில் குறைய ஆரம்பிக்கும். இரவு வேளைகளில் சுத்தமாக மின் உற்பத்தி இருக்காது. இந்தப் பாதக அம்சத்தைக் கணக்கில் எடுத்துக்கொண்டுதான் ஆக வேண்டும். இரவு வேளைகளில் மின் சப்ளை பெற மாற்று வழி இருக்கிறது என்ற நம்பிக்கையில்தான் பலரும் சூரிய மின்சாரத்தைத் தேர்ந்தெடுக்கிறார்கள்.

ஒரு விஷயத்தை இங்கு விளக்கியாக வேண்டும். இந்தியாவில் அநேகமாக எல்லா மாநிலங்களிலும் மின் உற்பத்தி, மின் வினியோகம் ஆகியவை அந்தந்த மாநில அரசுகளிடம் உள்ளன. அமெரிக்கா, பிரிட்டன் போன்ற மேலை நாடுகளிலும், ஜப்பான், ஆஸ்திரேலியா, நியூசிலாந்து போன்ற கீழை நாடுகளிலும் மின் உற்பத்தி, மின் வினியோகம் ஆகியவை தனியார் நிறுவனங்களின் வசம் உள்ளன.

ஒரு நாட்டில் பல தனியார் மின் நிறுவனங்கள் இருந்தாலும் அவற்றின் இடையே கிரிட் என்ற அமைப்பு உள்ளது. இது இந்தியாவில் பல செல்போன் கம்பெனிகள் இருந்தாலும் இவற்றின் இடையே பொது இணைப்பு உள்ளது போன்றது. எனவே சோலார் செல் பலகைகள் மூலம் மின்சாரம் பெறுவோர், இரவு நேரங்களில் சூரிய மின்சாரம் கிடைக்காத நிலையில் கிரிட் மூலம் மின்சாரம் பெறுகிறார்கள். இதில் இன்னொரு ஏற்பாடும் உள்ளது.

வீடுகளில், கம்பெனிகளில், ஆலைகளில் கூரைமீதுள்ள சோலார் செல் பலகைகள் மூலம் மின்சாரத்தைப் பெறுகிறவர்கள் தங்கள் உபயோகத்துக்கும் மேலாக சூரிய மின் பலகைகள் மூலம் மின்சாரம் உற்பத்தி ஆகுமானால் அந்த உபரி மின்சாரத்தைத் தங்களுடன் இணைந்த தனியார் நிறுவனத்துக்கு விற்றுக்கொள்ளலாம். இதற்கு மின்சார மீட்டரிலேயே வழி செய்யப்படுகிறது. இது நெட் மீட்டரிங் எனப்படுகிறது. தனியார் மின் நிறுவனங்கள் ஒரு விலை போட்டு இந்த உபரி மின்சாரத்தை வாங்கிக்கொள்கின்றன. இந்தியாவிலும் இந்த ஏற்பாடு அமலாகிவருகிறது.

சமீப ஆண்டுகளாக சோலார் செல் பலகைகளின் விலைகள் குறைந்துவருகின்றன. ஆகவே, சூரிய மின்சாரத்தைத் தயாரிப்பதற்கான விலையும் குறைந்துவருகிறது. ஆனாலும் இன்னமும் அதன் விலை அனல் மின்நிலைய மின்சாரத்துக்கு ஆகும் விலையைக் காட்டிலும் அதிகமாகத்தான் உள்ளது. இதையே வேறு விதமாகக் கூறலாம். மேலை நாடுகளை எடுத்துக்கொண்டால் தனியார் மின் நிறுவனங்களிடமிருந்து வாங்கும் மின்சாரத்துக்கு ஆகும் கட்டணத்துடன் ஒப்பிட்டால் சூரிய மின்சாரத்தின் விலை (செலவு) அதிகமாக இருக்கிறது. இந்த இரண்டுக்கும் ஆகும் செலவு (கட்டணம்) சரிசமமாக இருப்பின் அது கட்டணச் சமநிலை எனப்படுகிறது. மேலை நாடுகளில்—அமெரிக்காவில்கூட இன்னமும் கட்டணச் சமநிலை ஏற்பட்டுவிடவில்லை.

இந்தியாவில் கட்டணச் சமநிலை ஏற்படப் பல ஆண்டுகள் ஆகலாம். இதற்குக் காரணம் உண்டு. இந்தியாவில் அநேகமாக எல்லா மாநிலங்களிலும் மின் கட்டண விகிதங்கள் குறைவு. அரசியல் காரணங்களுக்காக, அதாவது, ஓட்டு காரண மாக மாநிலங்களில் ஆளும் கட்சிகள் மின் கட்டணத்தை அநேகமாக உயர்த்தாமல் வைத்துள்ளன. அல்லது பல ஆண்டுகளுக்கு ஒரு முறைதான் உயர்த்துகின்றன.

தனது வீட்டுக் கூரையில் சூரியப் பலகைகளைப் பொருத்தும் ஒருவர் அதன் மூலம் மின்சாரம் பெறுவதற்கு ஒரு யூனிட் மின்சாரத்துக்கு எவ்வளவு செலவாகிறது என்று கணக்கிட்டால் அத்தொகையானது அவர் மின் வாரியத்துக்கு ஒரு யூனிட்டுக்கு இவ்வளவு என்று செலுத்தும் கட்டணத்தைக் காட்டிலும் அதிக மாகவே உள்ளது.

## விண்வெளியிலிருந்து சூரிய மின்சாரம்

சூரிய ஒளியிலிருந்து மின்சாரம் தயாரிப்பது என்பது முதலில் விண்வெளியில் தான் தொடங்கியது. பின்னர் அது பூமிக்கு இறங்கியது. இப்போது நிறைய மின் சாரத்தைப் பெறும் நோக்கில் மறுபடியும் ஆகாயத்துக்கே போகலாம் என்கிறார்கள்.

செயற்கைக்கோள்களில் சோலார் செல் பலகைகளைப் பொருத்தி உயரே செலுத்துவது பற்றி ஏற்கனவே கவனித்தோம். இப்போது இந்தியாவின் செயற்கைக் கோள்கள் உட்பட அனைத்துச் செயற்கைக்கோள்களிலும் சோலார் செல் பலகைகள் உள்ளன. இவற்றில் உற்பத்தியாகும் மின்சாரம் செயற்கைக்கோளின் பயன்பாட்டுக்கானது. இவ்வித சோலார் செல் பலகைகள் பொதுவாக சில மீட்டர் நீளம் கொண்டவை. ஒரு படி மேலே போய் விண்வெளியில் 'பறக்கும்' மின்சார நிலையங்களை நிறுவலாம்.

சில மீட்டர் சோலார் செல் பலகைகளுக்குப் பதில் பல கிலோமீட்டர் நீள அகலம் கொண்ட பிரம்மாண்டமான சோலார் செல் பலகைகளை ஆகாயத்துக்கு அனுப்பினால் இது சாத்தியமே. இதுபற்றிப் பல நாடுகளும் மும்முரமாக யோசித்து வருகின்றன. உள்ளபடி, விண்வெளியில் சோலார் செல் பலகைகள் மூலம் மின்சாரம் உற்பத்தி செய்வதற்குப் பெரும்போக்கான திட்டம் மேற்கொள்ளப்படுமானால் உலகில் மின்சாரப் பிரச்சினையே இருக்காது என்று நிபுணர்கள் கூறுகிறார்கள்.

விண்வெளியிலிருந்து சூரிய மின்சாரத்தைப் பெறும் திட்டத்தை எளிதில் புரிந்துகொள்ள முடியும். பல கிலோமீட்டர் நீளம் கொண்ட சோலார் செல் பலகைகளைக் கீழேயிருந்து மேலே 36 ஆயிரம் கிலோமீட்டர் உயரத்துக்கு கொண்டு போய் நிறுவ வேண்டும். அங்கு அவை நிறைய மின்சாரத்தை உற்பத்தி செய்யும்.

அவை கீழே விழுந்துவிடாதா என்று கேட்கலாம். தொலைக்காட்சி ஒளி பரப்பு உட்பட, பல பணிகளுக்கும் உதவும் தகவல் தொடர்பு செயற்கைக் கோள்கள் பூமியிலிருந்து 35,786 கிலோமீட்டர் உயரத்தில் இருந்தபடி பூமியைச் சுற்றி வருகின்றன. இவை வேகமாகப் பறந்தபடி பூமியைச் சுற்றி வருவதால் கீழே விழுவதில்லை. இந்த ராட்சத சோலார் பலகைகளும் அதே மாதிரி பூமியைச் சுற்றிவரும். அந்த வகையில் இவற்றைப் பறக்கும் மின்நிலையங்கள் என்று வர்ணிக்கலாம்.

விண்வெளியில் இவ்விதம் உற்பத்தியாகும் மின்சாரத்தைக் கீழே பூமிக்குக் கொண்டுவந்து சேர்க்க நீண்ட கேபிள்களை அமைக்க இயலாது. எனவே அந்த மின்சாரத்தை மைக்ரோ வேவ் அலைகளாக மாற்ற வேண்டும். அந்த அலைகளை அங்கிருந்து பூமிக்கு அனுப்ப முடியும். அந்த அலைகளைப் பெறுவதற்கு, பூமியில் தரையில் ஆன்டெனாக்களை (இவ்வித ஆண்டெனாக்களை ரெக்டென்னா என்று அழைக்கின்றனர்) அமைக்க வேண்டும். பின்னர் அந்த அலைகள் மின்சாரமாக மாற்றப்படும்.

இவ்விதம் விண்வெளியில் பிரம்மாண்டமான மின்நிலையத்தை அமைப்பதில் பல சாதகங்கள் உள்ளன. பூமியில் பகல் நேரத்தில் மட்டும்தான் சூரிய ஒளி கிடைக்கிறது. இத்துடன் ஒப்பிட்டால் விண்வெளியில் 24 மணி நேரமும் சூரிய ஒளி தொடர்ந்து கிடைத்துக்கொண்டிருக்கும். ஏனெனில் அவை எப்போதும் சூரியனைப் பார்த்தபடி இருக்கும். விண்வெளி சூரிய மின்நிலையம் சுமார் 36 ஆயிரம் கிலோமீட்டர் உயரத்தில் அமைந்திருக்கும் என்பதே அதற்குக் காரணம். இது பெரிய சாதக அம்சம். இந்த அளவு உயரத்தில் பறக்கின்ற விண்வெளி நிலையம்மீது ஆண்டில் இரண்டு தடவை பூமியின் நிழல் விழும். ஆகவே, ஆண்டில் இரண்டு நாட்கள் அதன்மீது வெயில் விழாது. சூரிய ஒளி காற்று மண்டலத்தைக் கடந்து வர வேண்டியிருக்கிறது. இத்துடன் ஒப்பிட்டால் விண்வெளி சூரிய மின் நிலையம் காற்று மண்டலத்துக்கு மேலாக அமைந்திருக்கும். ஆகவே, பூமியில் தரையில் அமைந்த சூரிய மின் பலகைகளுக்குக் கிடைப்பதைவிடக் கூடுதலாக 144 சதவீத அளவுக்கு சூரிய ஒளி கிடைக்கும். பல லட்சம் அல்லது பல கோடி வீடுகள், அலுவலகங்கள், ஆலைகள் ஆகியவற்றின் கூரைகளில் தனித்தனியே சோலார் செல் பலகைகளை அமைப்பதைவிட விண்வெளியில் சூரிய மின் நிலையத்தை அமைப்பது புத்திசாலித்தனமானதே.

விண்வெளியில் சூரிய மின்நிலையத்தை அமைக்கலாம் என்ற யோசனை ஏதோ இப்போது தோன்றியது அல்ல. செக்கோஸ்லாக்கியாவில் பிறந்து அமெரிக்காவில் குடியேறியவரான பீட்டர் கிளேசர் 1968ஆம் ஆண்டிலேயே இதற்கான யோசனையை வெளியிட்டார். அவர் இது தொடர்பாக விவரமான திட்டத்தையே தயாரித்து அதற்குக் காப்புரிமை பேடண்ட் பெற்றார்.

பின்னர் 1970களில் நாஸா இதுபற்றி விவரமாக ஆராய்ந்தது. அமெரிக்க அரசாங்கமும் இதுபற்றி ஆராய்ந்தது. மின்சாரத்தை மைக்ரோ அலைகளாக மாற்றுவது பற்றியும் பின்னர் அந்த அலைகளை மறுபடியும் மின்சாரமாக மாற்றுவது குறித்தும் களப் பரிசோதனைகளும் நடந்தன. இது சாத்தியமே என்பது அப்பரிசோதனைகளில் நிரூபணமாகியது.

பின்னர் ஜப்பானும் இதுபற்றி விரிவாக ஆராய்ந்தது. ஜப்பானும் மைக்ரோ அலைகள் பற்றிய பரிசோதனைகளை நடத்தியது. இந்த இரு நாடுகளும் நடத்திய சோதனைகளை வைத்துச் சொல்வதானால் விண்வெளியில் உற்பத்தி செய்யும் மின்சாரத்தை மைக்ரோ அலைகளாக மாற்றிப் பூமிக்கு அனுப்பி, மறுபடியும் அவற்றை மின்சாரமாக மாற்ற முடியும் என்பது கொள்கை அளவில் மட்டுமின்றி, தொழில்நுட்ப ரீதியிலும் சாத்தியமானதே. இந்த விஷயத்தில் ஜப்பான் அதிக

முனைப்புக் காட்டிவருகிறது. ஆனால் 50 ஆண்டுகளாக ஆராயப்பட்டு வந்துள்ள போதிலும் விண்வெளி சூரிய மின்நிலையத்தை நிறுவுவது இன்னும் ஏட்டளவில்தான் உள்ளது.

முதலாவதாக, விண்வெளியில் பிரம்மாண்டமான கட்டுமானத்தை ஏற்படுத்துவது என்பது நடைமுறையில் அவ்வளவு எளிதல்ல. அமெரிக்கா, ரஷ்யா, ஐரோப்பிய நாடுகள், ஜப்பான் முதலியவை ஒன்றுசேர்ந்து விண்வெளியில் ஏற்படுத்தியுள்ள சர்வதேச விண்வெளி நிலையம்தான் இதுவரையில் விண்வெளியில் கட்டப்பட்ட பிரம்மாண்டமான கட்டுமானம் ஆகும். இந்த விண்வெளி நிலையம் இன்னமும் உயரே இருந்தபடி பூமியைச் சுற்றிக்கொண்டிருக்கிறது. அதில் எப்போதும் அதிகபட்சம் 6 விண்வெளி வீரர்கள் தங்கிப் பல ஆராய்ச்சிகளைச் செய்துவருகின்றனர்.

சர்வதேச விண்வெளி நிலையத்தின் எடை சுமார் 450 டன். நீளம் 72 மீட்டர். அகலம் 108 மீட்டர். உயரம் 20 மீட்டர். இது ஒரே முயற்சியில் கட்டப்பட்டது அல்ல. அமெரிக்க, ரஷ்ய ராக்கெட்டுகள் பகுதி பகுதியாக இவற்றை எடுத்துச் சென்று விண்வெளியில் ஒன்றோடு ஒன்று இணைத்து உருவாக்கின. 1988ஆம் ஆண்டில் வேலை தொடங்கி 2000ஆவது ஆண்டில்தான் இதில் விண்வெளி வீரர்கள் குடிபுகுந்தனர்.

எனினும் விண்வெளி மின்நிலையத்தை நிறுவ அவ்வளவு காலம் ஆக வேண்டுமென்பதில்லை. சர்வதேச விண்வெளி நிலையம் விண்வெளி வீரர்கள் தங்குவதற்கானது என்பதால் பல விஷயங்களைக் கவனத்தில்கொள்ள வேண்டியிருந்தது. ஆராய்ச்சிக்கான வசதிகளையும் செய்ய வேண்டியிருந்தது. எனவே விண்வெளி மின்நிலைய விஷயத்தில் இப்படியான சிக்கல்கள் கிடையாது.

ஆனாலும், விண்வெளிக்கு நிறைய எடையுள்ள பொருட்களைக் கொண்டு செல்வது என்பது எளிதல்ல. உதாரணமாக, 700 டன் எடையுள்ள ஒரு ராட்சத ராக்கெட்டினால் சுமார் 14 டன் எடையைத்தான் சுமந்து செல்ல இயலும். இப்படியான ராக்கெட்டைத் தயாரிக்கப் பல மாத காலம் ஆகும். நிறையச் செலவு பிடிக்கும்.

விண்வெளி சூரிய மின்நிலையம் பயனுள்ளதாக இருக்க வேண்டுமானால் அது குறைந்தது 4000 மெகாவாட் மின்சாரத்தை உற்பத்திசெய்து அளிப்பதாக இருக்க வேண்டும். அப்படியான சூரிய மின்நிலையம் சுமார் 80 ஆயிரம் டன் எடை கொண்டதாக இருக்கும். இந்த எடையில் பெரும் பகுதி சோலார் செல் பலகைகளின் எடையாக இருக்கும். தவிர ஒரே ஒரு விண்வெளி சூரிய மின்நிலையத்தை அமைத்தால் போதாது. பல மின்நிலையங்களை நிறுவ வேண்டும்.

ஒரு விண்வெளி மின்நிலையத்துக்கான எல்லாப் பகுதிகளையும் ஒரே நடையில் உயரே கொண்டு சேர்த்துவிட முடியாது. உலகில் இப்போதுள்ள சக்திமிக்க ராக்கெட்டினால் ஒரு தடவையில் அதிகபட்சம் 15 டன் எடையுள்ள பொருட்களைச் சுமந்து செல்ல இயலும். எனவே 80 ஆயிரம் டன் அளவுக்கு சோலார் செல்பலகைகளை விண்வெளிக்கு எடுத்துச்செல்வதானால் அடுத்தடுத்து

எண்ணற்ற ராக்கெட்டுகளைத் தொடர்ந்து செலுத்தியாக வேண்டும். இதற்கு நிறையச் செலவாகும். தனி ஒரு நாடு இத்திட்டத்தில் ஈடுபடுவதை விட, பல நாடு களும் சேர்ந்து இதைச் செயல்படுத்துவதுதான் சரியான ஏற்பாடாக இருக்கும்.

அமெரிக்காவுடன் ஒப்பிட்டால் ராக்கெட்டுகளை விண்வெளிக்குச் செலுத்து வதற்கு இந்தியாவில் ஆகும் செலவு குறைவு. ஆகவே, ஒரு கட்டத்தில் விண் வெளி மின்நிலையத் திட்டத்தில் இந்தியாவுடன் கூட்டுசேர அமெரிக்கா ஆர்வம் காட்டியது. இதே நோக்கில் வேறு ஒரு சமயத்தில் இந்தியாவைக் கூட்டு சேர்த்துக்கொள்ள சீனாவும் முன்வந்தது. ஆனால் உருப்படியான திட்டம் எதுவும் வகுக்கப்படவில்லை. ஆகவே, இது இன்னமும் கனவுத் திட்டமாகவே உள்ளது.

விண்வெளி சூரிய மின்நிலையம் எவ்வளவு பிரம்மாண்டமானதாக இருந் தாலும் சரி, பெரிதாக இடத்தை அடைத்துக் கொள்ளப்போவதில்லை. விண்வெளி என்பது எல்லையற்றதாயிற்றே என நினைக்கலாம். இதில் ஒரு பிரச்சினை உள்ளது. விண்வெளியில் செலுத்தப்படுகிற எதுவும் ஒரே இடத்தில் நிலையாக நிற்க இயலாது. இயற்பியல் விதிகளின்படி இது சாத்தியமே இல்லை. 'செயற்கைக்கோள் விண்வெளியில் நிலைநிறுத்தப்பட்டது' என்று பத்திரிகைகளும் தொலைக்காட்சி அலைவரிசைகளும் விவரம் புரியாமல் வர்ணித்தாலும் அது சாத்தியமற்றது. விண்வெளிக்கு எது சென்றாலும் அது பூமியைச் சுற்றிக்கொண்டே இருந்தாக வேண்டும். இல்லாவிடில் பூமியில் வந்து விழுந்துவிடும். ஆனால், ஒரு செயற்கைக் கோள் பூமியிலிருந்து மிகச் சரியாக 35,786 கிலோமீட்டர் உயரத்தில் இருந்தபடி பூமியைச் சுற்றுமானால் அது பூமியை ஒரு தடவை சுற்றி முடிக்க சரியாக 23 மணி 56 நிமிடம் 4 வினாடி எடுத்துக்கொள்ளும். பூமி தனது அச்சில் ஒரு முறை சுழன்று முடிக்கச் சரியாக அவ்வளவு நேரம்தான் ஆகிறது. எனவே அந்தச் செயற்கைக்கோள் எப்போதும் பூமியில் உள்ள குறிப்பிட்ட ஓரிடத்துக்கு மேலே நிற்பது போன்ற நிலைமை இருக்கும். ஒரு செயற்கைக்கோள் சரியாக அந்த அளவு உயரத்தில் இல்லை என்றால் அது ஒரு சமயம் இந்தியாவுக்கு மேலே இருக்கும். பின்னர் சவூதி அரேபியாவுக்கு மேலே இருக்கும். பின்னர் அட்லாண்டிக் கடல் மேலே இருக்கும். பிறகு அமெரிக்காவுக்கு மேலே இருக்கும். இது பெரிய பிரச்சினை. விண்வெளி சூரிய மின்நிலையம் எப்போதும் பூமியில் உள்ள ஓரிடத்துக்கு நேர் மேலே இருந்தால்தான் அதனால் கீழே தரையில் உள்ள ரெக்டென்னாவுக்கு மைக்ரோ அலைகளைத் தொடர்ந்து அனுப்பிக்கொண்டிருக்க முடியும். ஆகவே, விண்வெளி சூரிய மின்நிலையம் மேலே கூறிய உயரத்தில் இருந்தபடி பூமியைச் சுற்றிவந்தால்தான் இது சாத்தியமாகும்.

இப்போது 35,786 கிலோமீட்டர் உயரத்தில் பூமியைச் சுற்றி சுமார் 400 தகவல் தொடர்புச் செயற்கைக்கோள்கள் செயல்பட்டுவருகின்றன. இவை இந்துமாக்கடலுக்கு மேலாக, ஆப்பிரிக்காவுக்கு மேலாக, அட்லாண்டிக் மற்றும் பசிபிக் கடலுக்கு மேலாக, பூமியின் நடுக்கோட்டுக்கு நேர் மேலே உள்ளன. இவை தான் உலகில் உள்ள நாடுகள் அனைத்திலும் தொலைக்காட்சி ஒளிபரப்பைச் சாத்தியமாக்கியுள்ளன. தொலைக்காட்சி ஒளிபரப்புக்கு மட்டுமின்றிப் பல பணிகளுக்கும் இந்தச் செயற்கைக்கோள்கள் உதவுகின்றன. விண்வெளியில்

இவை அமைந்துள்ள சுற்றுப் பாதையானது புவி இணை சுற்றுப்பாதை என்று அழைக்கப்படுகிறது. 125 நாடுகள் அங்கம் வகிக்கும் சர்வதேசத் தகவல் போக்குவரத்து யூனியன் என்ற அமைப்புதான் விண்வெளியில் அந்த உயரத்தில் யார்யார் செயற்கைக்கோள்களைப் பெற்றிருக்கலாம் என்று இடம் ஒதுக்குகிறது. புவியிணைச் சுற்றுப்பாதையில் ஏற்கனவே நெரிசல் ஏற்பட்டுவருகிறது.

இந்த நிலையில் விண்வெளி சூரிய மின்சார நிலையங்களை அதே சுற்றுப்பாதையில் அமைக்க சர்வதேசத் தகவல் போக்குவரத்து யூனியன் ஒப்புக் கொள்ளுமா என்ற கேள்வி உள்ளது. ஆனால், இது ஒரு பெரிய பிரச்சினையாக இருக்காது. தகவல்தொடர்புச் செயற்கைக்கோள்கள் அமைந்துள்ள சுற்றுப் பாதையில் பல இடங்களிலும் ஒரு தகவல் தொடர்பு செயற்கைகோளுக்கும் அடுத்த செயற்கைக்கோளுக்கும் இடையே சில நூறு கிலோமீட்டர் இடைவெளி உள்ளது. அந்த இடைவெளியில் விண்வெளி சூரிய மின்சார நிலையம் இடம் பெறும்படி செய்துவிடலாம்.

விண்வெளி சூரிய மின்நிலைய விஷயத்தில் ஒரு சர்ச்சையும் உள்ளது. அது மைக்ரோ அலைகள் பற்றியது. விண்வெளியிலிருந்து அனுப்பப்படும் மைக்ரோ அலைகள் பூமியில் விலங்குகள், பறவைகள், மற்றும் மனிதர்களுக்குத் தீங்கு விளைவிக்குமா என்று கேள்வி எழுப்பப்படுகிறது. மின்காந்த அலைகளில் மைக்ரோ அலைகளும் அடங்கும். இப்போது நாம் சர்வ சாதாரணமாகப் பயன் படுத்தும் கைபேசிகள் மைக்ரோ அலைகளை வைத்துதான் செயல்படுகின்றன. ஆங்காங்கு உயரமான கட்டடங்களில் நிறுவப்படும் கைபேசிக் கோபுரங்கள் மைக்ரோ அலைகளைத்தான் பரப்பிக்கொண்டிருக்கின்றன. அந்தக் கோபுரங் களிலிருந்து வெளிப்படும் கண்ணுக்குத் தெரியாத மைக்ரோ அலைகள் நம் அனைவரையும் சூழ்ந்தபடி உள்ளன.

மைக்ரோ அலை என்கிற சமுத்திரத்துக்குள்ளாகத்தான் நாம் நடமாடிக் கொண்டிருக்கிறோம். இப்படி அவை சூழ்ந்துகொண்டிருப்பதால்தான் கைபேசி மணி அடித்ததும் நம்மால் அதை எடுத்துப் பேச முடிகிறது. விண்வெளி சூரிய மின் நிலையத்திலிருந்து வருபவை அப்படி ஒன்றும் தீங்கு இழைக்கும் மைக்ரோ அலைகளாக இருக்காது என்று சுட்டிக்காட்டப்படுகிறது.

விண்வெளி சூரிய மின்நிலையத்திலிருந்து வரும் மைக்ரோ அலைகளின் வழியே விமானங்கள் சென்றால் அது பயணிகளைப் பாதிக்குமா என்று கேட்டால் விமானத்தின் வெளிப்புறத்தில் காப்பு உறை அமைக்கலாம் என்கிறார்கள். தவிர குறிப்பிட்ட வான் பகுதியில் விமானங்கள் பறக்கக் கூடாது என்று ஏற்கனவே சில தடைகள் உள்ளன. அவ்விதம் தடை விதிக்கலாம் என்கிறார்கள். உள்ள படி மைக்ரோ அலைகளைப் பெறுவதற்கான ரெக்டென்னா ஒன்று 10 கிலோ மீட்டர் குறுக்களவு கொண்டதாக இருக்கலாம். ஆகவே ரெக்டென்னா இருக்கும் வட்டாரத்துக்கு யாரும் சென்றுவிடாதபடி சுற்றிலும் தடுப்பு வேலி அமைத்து விடலாம் என்கிறார்கள். ஒரு நிபுணர் கூறியபடி ரெக்டென்னாக்களைப் பாலை வனப் பகுதியில் அல்லது எதற்கும் லாயக்கில்லாத வானம் பார்த்த பகுதியில் நிறுவிவிடலாம். இப்படிச் செய்தால் இப்போது எதற்கும் பயன்படாமல் உள்ள

சகாரா பாலைவனம், அரபு நாடுகளில் உள்ள பாலைவனங்கள், இந்தியாவின் தார் பாலைவனம் ஆகியவற்றுக்குப் புது மவுசு கிடைக்கும்.

எதிர்காலத்தில் ராட்சத சோலார் செல் பலகைகளை விண்வெளிக்கு எடுத்துச் செல்வதுகூட சாத்தியமாகலாம். ஆனால், எங்கள் வட்டாரத்தில் ரெக்டென்னாவை அமைக்காதீர்கள் என்று ஆங்காங்கு மக்களிடமிருந்து எழக்கூடிய எதிர்ப்புகளைச் சமாளிப்பதுதான் பெரிய பிரச்சினையாக இருக்கும். இன்னொரு பெரிய பிரச்சினை, செலவு அம்சமாகும். விண்வெளிக்கு ராக்கெட்டுகளை அனுப்புவதற்கு ஆகும் செலவைக் குறைக்க வழி கண்டுபிடிக்கப்பட்டால் விண்வெளி சூரிய மின்நிலையம் அமைய வழி ஏற்பட்டுவிட்டதாகக் கூறலாம், எல்லாப் பிரச்சினைகளையும் சமாளித்து விண்வெளியில் சூரிய மின்நிலையங்கள் அமைவதென்றால் அதற்குக் குறைந்தது இன்னும் 20 ஆண்டுகள் ஆகலாம் என்று ஒரு கருத்து உள்ளது. விண்வெளி சூரிய மின்நிலையங்கள் மட்டும் ஏற்பட்டுவிட்டால் உலகில் பல்வேறு நாடுகளிலும் உள்ள அனல் மின் நிலையங்களில் பெரும்பாலானவற்றை ஒரேயடியாக மூடிவிடலாம். இவை காரணமாகக் காற்று மண்டலத்தில் கரிய மிலவாயு சேரும் பிரச்சினைக்கு நிரந்தரத் தீர்வு ஏற்பட்டுவிடும்.

* * * * *

## 16 காற்றின் மூலம் மின்சாரம்

காற்றின் சக்தியை மனிதன் பன்னெடுங்காலமாகப் பயன்படுத்திவந்திருக்கிறான். கடல் கடந்து செல்லக் காற்றின் உதவியால் இயங்கும் பாய்மரக் கப்பல்கள் உதவின. நீராவி இன்ஜின் வரும்வரை பாய்மரக் கப்பல்களே உலகில் ஆதிக்கம் செலுத்தின.

ஐரோப்பிய நாடுகளில் தண்ணீரை மேலே இறைக்கக் காற்றாலைகள் உதவின. இந்தக் காற்றாலைகள் மாவு அரைக்கும் இயந்திரங்களையும் இயக்கின. இந்த விஷயத்தில் ஹாலந்து நாடு உலகில் முன்னிலையில் இருக்கிறது. ஹாலந்து நாட்டில் கடலோரப் பகுதிகள் கடல்மட்டத்தைவிடத் தாழ்வானவை. ஹாலந்தில் கடல்நீரை வெளியேற்றி ஏராளமான நிலங்கள் மீட்கப்பட்டுள்ளன. கடல்நீரை வெளியேற்ற சுமார் 200 ஆண்டுகளுக்கு முன்னர் அங்கு காற்றாலைகள் பயன் படுத்தப்பட்டன. இன்னமும் அவை இயங்கிவருகின்றன. இவற்றைத் தண்ணீரை வெளியேற்றும் பம்ப் என்றும் கூறலாம்.

காற்றைப் பயன்படுத்தி மின்சாரத்தையும் உற்பத்தி செய்ய இயலும். இதைக் காற்று மின்நிலையம் என்றும் கூறலாம். உயரமான தூண்களை எழுப்பி அதன் உச்சியில் சுழலிகளைப் பொருத்துகிறார்கள். தூண்களின் உச்சியில் டர்பைன் உண்டு. காற்று வீசும்போது சுழலிகள் சுழலும். குழந்தைகள் காகிதத்தில் செய்யும் காத்தாடி சுழல்வது போலத்தான் இதுவும்.

பத்தொன்பதாம் நூற்றாண்டின் இறுதியில் லண்டனில் முதல் மின்நிலையம் தொடங்கப்பட்ட சில ஆண்டுகளில், அதாவது, 1887ஆம் ஆண்டில், உலகின் முதல் காற்று மின்நிலையம் ஸ்காட்லாந்தில் நிறுவப்பட்டது. அதை நிறுவியவர் ஒரு மின்சார இன்ஜினியர்.

இப்போது உலகில் எண்ணற்ற நாடுகளில் காற்று மின்நிலையங்கள் மூலம் கணிசமான அளவுக்கு மின்சாரம் உற்பத்தி செய்யப்படுகிறது. தமிழகத்திலும் காற்று மின்நிலையங்கள் பல உள்ளன. குறிப்பிட்ட வட்டாரத்தில் தொடர்ந்து பல மாதங்களுக்கு நிலையாகக் காற்று வீசும் என்று தெரியவந்தால் அந்த இடத்தில் பக்கம் பக்கமாகப் பல நூறு காற்று மின்நிலையங்கள் நிறுவப்படு கின்றன. இவை மொத்தமும் காற்று மின் பண்ணை என்றும் குறிப்பிடப்படுகிறது.

பொதுவாக, காற்றின் வேகம் மணிக்கு சுமார் 16 கிலோமீட்டர் வேகத்தில் இருந்தால் அது ஏற்ற இடமாகக் கருதப்படுகிறது. காற்றின் வேகம் அதைவிட

அதிகமாக இருந்தால் பரவாயில்லை. ஆனால் திடீர்திடீர் என பேய்க் காற்று வீசுமிடமாக இருத்தல் கூடாது. காற்றின் வேகம் தரையிலிருந்து சுமாரான உயரத்தில் அதிகமாக இருக்கும். ஆகவேதான் காற்று மின்நிலையங்களின் தூண்கள் நல்ல உயரமுடையவையாக உள்ளன. பொதுவாக, கடலோரப் பகுதிகளில் நிறையவே காற்று மின்நிலையங்கள் நிறுவப்படுகின்றன. அவ்வாறின்றி நாட்டின் உள் பகுதிகளிலும் நிறுவப்படுவதுண்டு. கணவாய்ப் பகுதிகள் ஏற்றவை.

## காற்று மின் பண்ணை

சிறிய நாடாக இருக்கும் என்றால் ஒரு நாட்டின் மொத்த மின்சாரத் தேவையில் பெரும் பகுதியைக் காற்று மின்நிலையங்கள் மூலமே பெற இயலும். இதில் ஐரோப்பாவில் உள்ள டென்மார்க் நாடு முதலிடம் வகிக்கிறது. 2014ஆம் ஆண்டு நிலவரப்படி அந்த நாட்டின் மொத்த மின்சாரத் தேவையில் 39 சதவீதம் காற்று மின்நிலையங்கள் மூலம் பெறப்பட்டது. 2020ஆம் ஆண்டு வாக்கில் இதை 50 சதவீதமாகவும் 2035ஆம் ஆண்டு வாக்கில் 84 சதவீதமாகவும் உயர்த்த டென்மார்க் திட்டமிட்டுள்ளது. டென்மார்க் நாடு பரப்பளவில் இந்தியாவின் ஹரியானா மாநிலத்துக்கு இணையானது. காற்று மூலம் மின்சாரத்தை உற்பத்தி செய்யும் தொழில்நுட்ப முன்னேற்றத்தில் டென்மார்க் நாட்டுக்கு முக்கியப் பங்குண்டு. காற்று மின்நிலையங்களுக்கான சாதனங்களை உற்பத்தி செய்வதிலும் விற்பதிலும் உலகில் டென்மார்க் நாட்டின் நிறுவனங்கள் முன்னணியில் உள்ளதில் வியப்பில்லை.

காற்று மின்நிலையங்கள் மூலம் அப்படிப் பெரிதாக மின்சாரம் கிடைத்துவிடுமா என்று எண்ணக் கூடாது. சீனாவில் கான்சு என்னுமிடத்தில் உள்ள ஒரு காற்று மின் பண்ணையின் மொத்த மின் உற்பத்தித் திறன் 2012ஆம் ஆண்டு நிலவரப்படி 6000 மெகாவாட். இது ஒரு பெரிய அணுமின் நிலையத்துக்குச் சமமானது. 2020ஆம் ஆண்டு வாக்கில் கான்சுவின் மொத்த மின் உற்பத்தித் திறனை 20,000 மெகா வாட்டாக உயர்த்தத் திட்டமிட்டுள்ளனர். அமெரிக்காவில் கலிபோர்னியாவில் உள்ள ஒரு காற்று மின்நிலையப் பண்ணையின் உற்பத்தித் திறன் 1020 மெகாவாட்.

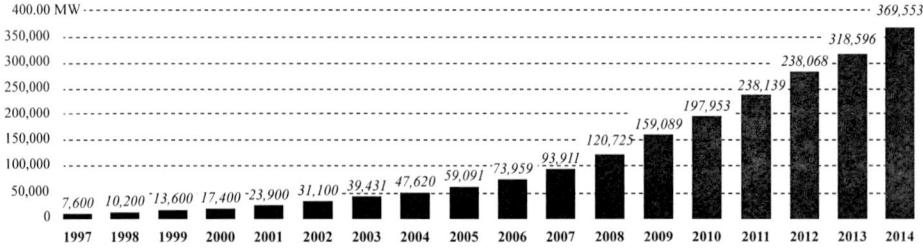

கடந்த பல ஆண்டுகளில் காற்றுமூலம் மின்சாரம் உற்பத்திசெய்வது எந்த அளவுக்கு அதிகரித்துள்ளது என்பதைக் காட்டும் படம். (1997 - 2014)

Source: https://greenscience.cs.earlham.edu/index.php/projects/wind-power/

காற்று மூலம் மின்சாரம் உற்பத்தி செய்வதில் உலகில் சீனாவும் அமெரிக்காவும் முதலிடம் வகிக்கின்றன. இந்தியா ஐந்தாவது இடத்தை வகிக்கிறது.

உலகின் மொத்த மின்சார உற்பத்தியில் காற்று மின்சாரத்தின் பங்களிப்பு 2014ஆம் ஆண்டு வாக்கில் நான்கு சதவீதமாக இருந்தது. கரியமிலவாயு வெளிப்பாட்டைப் பல நாடுகளும் திட்டமிட்டுக் குறைத்துக்கொள்ள விருப்பம் கொண்டுள்ளதால் வரும் ஆண்டுகளில் காற்று மின்சாரத்தின் பங்கு கணிசமாக அதிகரிக்க வாய்ப்பு உண்டு.

இந்தியாவின் பல்வேறு மாநிலங்களில் தமிழகம் முதலிடம் வகிக்கிறது. 2014 ஆம் ஆண்டு நிலவரப்படி தமிழகத்தில் காற்று மூலமான மின் உற்பத்தித் திறன் 7000 மெகாவாட் அளவுக்கு இருந்தது.

காற்று மூலம் மின்சாரம் உற்பத்தி செய்ய இந்தியாவில் தனியார் நிறுவனங்களுக்கு மத்திய அரசும், மாநில அரசுகளும் ஊக்கம் அளித்துவருகின்றன. அந்த

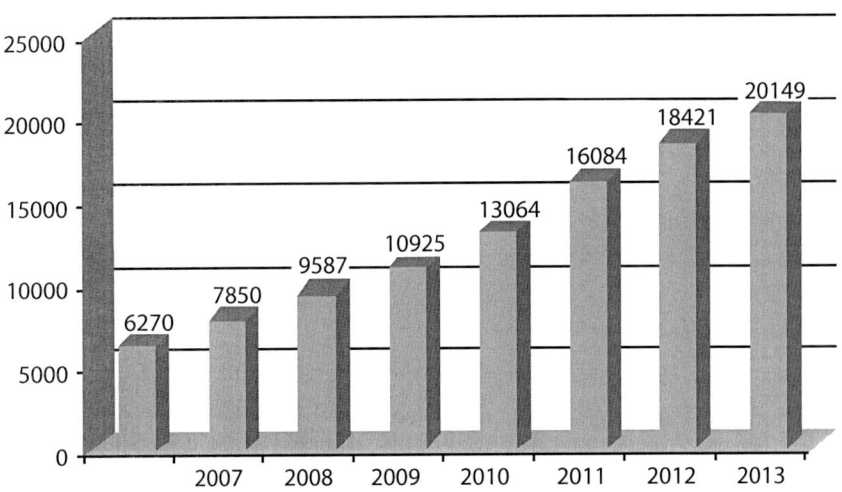

இந்தியாவில் ஒவ்வொரு ஆண்டும் காற்று மூலம் உற்பத்தி செய்யப்படும் மின்சாரம். (2007 - 2013)

Source: https://en.wikipedia.org/wiki/Wind_farm#/media/File:India_Windpower_ Installed_capacity_by_year.png

அளவில் கடந்த பல ஆண்டுகளில் இந்தியாவில் காற்று மூலமான மின்சார உற்பத்தி அதிகரித்துவருகிறது. ஆனால் தமிழகம், குஜராத், மகாராஷ்டிரம் போன்ற முன்னேறிய மாநிலங்களில்தான் இந்த விஷயத்தில் முன்னேற்றம் காணப்படுகிறது.

காற்று மூலம் மின்சாரம் உற்பத்தி செய்வதில் சாதகங்களும் உண்டு பாதகங்களும் உண்டு. காற்று வீசுவது நிலையாக இருப்பதில்லை. மணிக்கு மணி, நாளுக்கு நாள்,

மாதத்துக்கு மாதம் காற்றின் வேகம் வித்தியாசப்படுகிறது. நிலையான அடிப் படை மின் உற்பத்திக்கு காற்றை நம்ப இயலாது. காற்று மின் ஆலைகள் நிறைய இடத்தை அடைத்துக்கொள்கின்றன. ஒரே இடத்தில் எண்ணற்ற காற்று மின் நிலையங்கள் இருக்கும்போது இயல்பாக அவை சத்தம் எழுப்புகின்றன. சில நூறு மீட்டர்வரை இந்த இரைச்சல் கேட்கும். காற்று மின் ஆலைகள் இயற்கை அழகைக் கெடுப்பதாக மேலை நாடுகளில், குறிப்பாக பிரிட்டனில், ஆட்சேபங்கள் எழுந்துள்ளன. ஆனால் இது பெரிதாக எடுத்துக்கொள்ளப்பட வேண்டிய விஷயம் அல்ல.

காற்று மின் ஆலைகளை நிறுவ (அனல் மின்நிலையத்துடன் ஒப்பிட்டால்) ஆரம்ப மூலதனச் செலவு அதிகம். ஆனால் காற்று இலவசமாகக் கிடைப்பது என்பதால் எரிபொருள் வகையில் செலவு என எதுவும் இல்லை. பராமரிப்புச் செலவும் அதிகமில்லை. காற்று மண்டலத்தில் கரியமிலவாயு சேர்மானத்தைத் தடுப்பதில் இவை பெரும் பங்களிக்கின்றன. அந்த அளவில் வருகிற ஆண்டுகளில் மின்சார உற்பத்தியில் காற்று மின் ஆலைகளின் பங்களிப்பு மேலும்மேலும் அதிகரிக்கும் என்று கூறலாம்.

சமீப ஆண்டுகளில் மேலும்மேலும் பெரிய காற்று மின் ஆலைகள் நிறுவப் பட்டுவருகின்றன. டென்மார்க் நிறுவனம் ஒன்று எட்டு மெகாவாட் மின் சாரம் அளிக்கக்கூடிய மிகப் பெரிய காற்று மின்நிலையத்தை உருவாக்கியுள்ளது. அதாவது ஒரே ஒரு தூணில் மட்டும் எட்டு மெகாவாட் மின்சாரம் உற்பத்தி யாகும். இந்தத் தூணின் உயரம் 140 மீட்டர். இதன் சுழலியின் விளிம்பானது உச்சியைப் பார்த்து இருக்கும் நிலையில் உயரம் 220 மீட்டர். அதே பரப்பளவு நிலத்தில் முன்னைவிட அதிக அளவில் மின்சாரத்தை உற்பத்தி செய்ய இந்த ராட்சதக் காற்று மின்நிலையங்கள் உதவும்.

ஓரிடத்தில் இந்த அளவிலான 100 ராட்சதக் காற்றாலைகளை நிறுவினால் அவற்றின் மொத்த உற்பத்தி ஒரு அனல் மின்நிலையத்தின் உற்பத்திக்கு ஈடானதாக இருக்கும்.

ஆரம்பத்தில் காற்று மின்நிலையங்கள் கடலோரப் பகுதிகளிலும் மலைச் சரிவுகளிலும் நிறுவப்பட்டன. இப்போது கரையோரக் கடலிலும் இவை நிறுவப் படுகின்றன. கரையிலிருந்து சில நூறு மீட்டர் தொலைவில் கடல் ஆழம் சுமார் 80 மீட்டர் அளவுக்கு இருக்கும் இடத்தில் கற்குவியல் போன்றவற்றை அஸ்திவாரமாகப் போட்டு அதன் மீது காற்றாலை நிறுவப்படுகிறது.

கடல் பகுதியில் காற்று வேகம் அதிகமாகவே இருக்கும். ஆகவே கடல் பகுதி களில் காற்று மின்நிலையங்களை நிறுவினால் ஓரளவில் நிலையான காற்று வீசும். ஆகவே கூடுதலாக மின் உற்பத்தி செய்ய இயலும். இங்கிலாந்து மற்றும் ஐரோப்பிய நாடுகள் இப்போது கடல் பகுதியில் காற்றாலைகளை நிறுவுவதில் முனைப்பு காட்டுகின்றன. இந்தியாவில் இன்னும் கடலில் காற்று மின்நிலையங்கள் மேற்கொள்ளப்படவில்லை. இவ்வித காற்று மின் ஆலையை குஜராத்தில் நிறுவத் திட்டம் உள்ளது.

இந்த ஏற்பாட்டில் சில பாதக அம்சங்கள் உண்டு. பராமரிப்புப் பணியை மேற்கொள்வதில் சிரமம் உண்டு. கடல் பகுதியிலிருந்து கடலுக்கு அடியில் நீண்ட கடலடி கேபிள்களை அமைத்தாக வேண்டும். கடல் மீதான காற்று மின் நிலையங்கள் எழுப்பும் இரைச்சல் ஒருவேளை கடல்வாழ் உயிரினங்களுக்குப் பாதிப்பை ஏற்படுத்தலாம். எனினும், கடல் பகுதியில் காற்று மின்நிலையங் களை அமைப்பதில் உள்ள பெரிய சாதக அம்சம் உண்டு. நிலத்தைத் தேடி அலைய வேண்டியதில்லை. நிலத்தை வாங்கும் செலவு கிடையாது அல்லது வாடகை, குத்தகைப் பணம் கொடுக்க வேண்டியது இல்லை.

வேறு ஓர் இடத்தில் குறிப்பிட்டதுபோல முன்னேறிய நாடுகளில் மின் உற்பத்தி, மின் வினியோகம் ஆகியவை தனியார் நிறுவங்களின் கையில் உள்ளன. ஆனால் இந்தியாவில் மின் வினியோகம் இன்னமும் மாநில அரசுகளின் மின் வாரியங்களிடம் இருக்கிறது. எனவே காற்று மின்நிலையங்களின் மின்சாரத்தை மாநில மின் வாரியங்கள் வாங்கிக்கொள்வதில் சில பிரச்சினைகள் உள்ளன. எதிர்காலத்தில் இந்த விஷயத்தில் திருப்திகரமான நிலையான ஏற்பாடு உருவாகலாம்.

டென்மார்க் நாட்டின் அனுபவத்தை வைத்துச் சொல்வதானால் குறைந்த பட்சம் சிறியதொரு நாட்டின் மின் தேவை முழுவதையும் காற்று மின் நிலையங்கள் மூலம் பெற முடியும்.

\* \* \* \* \*

## 17 அணுசக்தி ஒரு தீர்வாக இருக்க முடியுமா?

புவி வெப்பமாவதைத் தடுக்கும் பல நடவடிக்கைகளில் அணுசக்தி முக்கிய இடம் பெறுவதாகச் சொல்லலாம். அணுசக்தியால் இயங்கும் அணுமின் நிலையங்களை நிறுவினால் கரியமிலவாயு சேர்மானத்தைத் தவிர்க்கலாம்.

தவிர, அணுசக்தி மூலம் மின்சாரம் தாராளமாகக் கிடைக்கும் நிலை ஏற்படும்போது டீசலைப் பயன்படுத்தும் ரயில் இன்ஜின்களுக்குப் பதில் மின்சார ரயில்களை விடுவதன் மூலம் டீசல் உபயோகத்தைப் பெருமளவுக்குக் குறைக்க முடியும். இது சிறந்த ஏற்பாடாக இருக்கும்.

ஆனால், இன்று உலகின் மொத்த மின்சார உற்பத்தியில் அணுசக்தி மூலம் கிடைக்கும் மின்சாரத்தின் பங்கு மிகவும் குறைவுதான். அதற்குக் காரணங்கள் பல.

அமெரிக்கா, ஐரோப்பிய நாடுகள், ஜப்பான் என்று விரல் விட்டு எண்ணக் கூடிய நாடுகளில்தான் நிறைய அணுமின் நிலையங்கள் உள்ளன. அமெரிக்காவும் சரி, ஐரோப்பிய நாடுகளும் சரி, நிலக்கரி உபயோகத்தால் காற்று மாசுபடுவதைக் குறைக்கும் நோக்கில்தான் 1960களிலும் 1970களிலும் பல அணுமின் நிலையங்களை நிறுவின.

அக்காலகட்டத்தில் புவி வெப்பமடையும் பிரச்சினை முளைக்கவில்லை. காற்று மண்டலம் மாசுபடுவதுதான் பெரிய பிரச்சினையாக இருந்தது. ஆகவே, அனல் மின்நிலையங்கள் மூலம் காற்று மாசுபடுவதைத் தடுக்கும் பொருட்டு இந்த நாடுகளில் அரசுகள் மும்முரமாக அணுமின் நிலையங்களை நிறுவ முற்பட்டன.

இதன் பலனாக, பிரான்ஸ் நாட்டில் 1965இல் தொடங்கி சுமார் 60 அணுமின் நிலையங்கள் நிறுவப்பட்டன. அமெரிக்காவில் சுமார் 100 அணுமின் நிலையங்கள் அமைக்கப்பட்டன. ஜப்பானிலும் ஜெர்மனியிலும் பல அணுமின் நிலையங்கள் தோன்றின.

இங்கு ஒரு விஷயத்தை விளக்கியாக வேண்டும். அணுமின் நிலையங்கள் ஒரு வகையில் அனல் மின்நிலையங்களைப் போன்றவைதான்.

அணுமின் நிலையங்களில் அணு உலை என்ற பகுதி உண்டு. அந்த அணு உலையில் யுரேனியம் அடங்கிய தண்டுகள் (யுரேனியம் என்பது ஓர் உலோகம்) இருக்கும். யுரேனியத்தில் இருக்கும் குறிப்பிட்ட வகை யுரேனிய அணுக்கள் இயல்பாகத் தொடர்ந்து பிளவுபடும் தன்மை கொண்டவை. (யுரேனியம் அணுசக்திப்

பொருள்.) அப்படிப் பிளவுபடும்போது வெப்பம் தோன்றும். நீராவியை உண்டாக்க இந்த வெப்பம் பயன்படுத்தப்படுகிறது. பின்னர் அனல் மின்நிலையங்களில் நடைபெறுவது போன்று நீராவி மூலம் மின்சாரம் உற்பத்தி செய்யப்படுகிறது.

அணு உலைகளில் அணுப் பிளவு மூலம் வெப்பம் உண்டாகும்போது கரியமில வாயு தோன்றுவதில்லை. எனவே, ஏராளமான அளவில் மின்சாரத்தை உற்பத்தி செய்வதற்கு அணுமின் நிலையங்கள் சிறந்த மாற்றாக விளங்க வேண்டும். ஆனால் நடைமுறையில் அப்படி இல்லை.

இதற்கு வல்லரசு அரசியல் முக்கியக் காரணம். 1964ஆம் ஆண்டு வாக்கில் உலகில் அமெரிக்கா, ரஷ்யா (அப்போதைய சோவியத் யூனியன்), பிரிட்டன், பிரான்ஸ், சீனா ஆகிய ஐந்து நாடுகளிடம் மட்டும்தான் அணுகுண்டுகள் இருந்தன. வல்லரசு நாடுகள் என்று அழைக்கப்பட்ட இந்த நாடுகள் உலகில் வேறு எந்த நாடும் அணுகுண்டு தயாரித்துவிடாதபடி தடுப்பதில் குறியாக இருந்தன.

அப்போது அணுசக்தி தொடர்பான தொழில்நுட்பம் அந்த நாடுகளிடம்தான் இருந்தது. இத்தொழில்நுட்பத்தை கனடாவும் பெற்றிருந்தது. தென் அமெரிக்க, ஆப்பிரிக்க, ஆசிய நாடுகள் அணுசக்தி மூலம் மின்சாரம் தயாரிக்க அணுமின் நிலையம் அமைப்பதானால் மேற்படி நாடுகளின் உதவியைத்தான் பெற்றாக வேண்டும் என்ற நிலை இருந்தது. அணுமின் நிலையத்தை அமைப்பதானால் பல ஆயிரம் கோடி ரூபாய் முதலீடு தேவை. வளரும் நாடுகளிடம் அந்த அளவுக்கு நிதி வசதி கிடையாது. தவிர, அணுமின் நிலையங்களுக்கான இயந்திரங்களும் கருவிகளும் மேலே குறிப்பிட்ட நாடுகளில்தான் தயாரிக்கப்படுகின்றன. இவற்றைச் சொந்தமாக வடிவமைத்துத் தயாரித்துக்கொள்ள வளரும் நாடுகளிடம் தொழில்நுட்ப அறிவு கிடையாது. இந்தியா மட்டுமே இதற்கு விதிவிலக்காக விளங்கியது. 1974ஆம் ஆண்டில் இந்தியா நிலத்துக்கு அடியில் அணுகுண்டு ஒன்றை வெடித்துச் சோதித்தது. இதைத் தொடர்ந்து அமெரிக்கா பல நாடுகளைக் கூட்டு சேர்த்துக்கொண்டு அணுசக்தி தொடர்பாக இந்தியாவுக்கு எவ்வித உதவியும் அளிக்கலாகாது என்று தடை விதித்தது. ஆனால் இந்தியா தனது சொந்த முயற்சிகள் மூலம் அணுசக்தித் துறையில் நல்ல முன்னேற்றம் கண்டது என்பதுடன் சொந்த முயற்சியில் பல அணுமின் நிலையங்களையும் நிறுவியது.

அணுமின் நிலையத்தைப் பயன்படுத்தித் திருட்டுத்தனமாக அணுகுண்டு தயாரித்துவிட இயலும் என்ற நிலை உண்டு. அதாவது அணுமின் நிலையங்கள் செயல்படும்போது ‘அரைவேக்காட்டு’ நிலையில் அணு உலையிலிருந்து யுரேனியத் தண்டுகளை வெளியே எடுக்க முடியும். அப்படிச் செய்தால் அத்தண்டுகளிலிருந்து மிகச் சிரமப்பட்டு புளூட்டோனியம் என்ற அணுசக்திப் பொருளைப் பிரித்து எடுக்க முடியும். அதைக் கொண்டு அணுகுண்டு தயாரிக்க முடியும். ஆகவே, ஏட்டளவில் பார்த்தால் அணுமின் நிலையத்தைப் பெற்றுள்ள எந்த நாடும் அணுகுண்டு தயாரித்துவிட முடியும். ஒருவேளை இப்படி நடந்துவிடலாம் என்ற அச்சம் வல்லரசு நாடுகளுக்கு உண்டு.

இப்படி நடைபெற்றுவிடாமல் தடுக்க வல்லரசு நாடுகள் ஆரம்பத்திலிருந்தே பல கட்டுப்பாடுகளை மேற்கொண்டன. இந்தக் கட்டுப்பாடுகளை அமல்படுத்த

சர்வதேச அணுசக்தி அமைப்பு ஏற்படுத்தப்பட்டது. இந்த அணுசக்தி அமைப்பு 1957ஆம் ஆண்டில் நிறுவப்பட்டது. மின்சார உற்பத்தி உட்பட அமைதிப் பணிகளுக்காக அணுமின் உலைகளையும் அணுமின் நிலையங்களையும் அமைத்துக்கொள்ள விரும்பும் நாடுகளுக்கு உதவுவது என்பது அதன் நோக்கமாக அறிவிக்கப்பட்டது. ஆனால், இதன் பிரதான நோக்கம் அணுசக்தியை, அதாவது அணு உலைகளை, அணுகுண்டு தயாரிப்புக்குப் பயன்படுத்தாதபடி கண்காணிப்பதாகும். இந்த அமைப்பு அமைக்கப்பட்டதைத் தொடர்ந்து அணுகுண்டு தயாரிக்க மாட்டோம் என்று உறுதிமொழி அளிக்கிற சர்வதேச ஒப்பந்தத்தில் கையெழுத்திடும் நாடுகளுக்கு மட்டுமே அணுமின் நிலையங்களை அமைப்பதற்கு உதவி செய்வது என முடிவு எடுக்கப்பட்டது. தவிர, அணு உலைகளை இரவு பகல் என 24 மணி நேரமும் கண்காணிக்கும் ஏற்பாடுகளுக்கும் ஒப்புக்கொண்டாக வேண்டும். இப்படிப் பல நிபந்தனைகள் உள்ளன. இப்படியான நிபந்தனைகளுக்கு உட்படும் நாடுகளுக்கு மட்டுமே அணுமின் நிலையம் நிறுவ உதவி அளிக்கப்படும். இப்போதும் உலக அளவில் இந்தக் கட்டுப்பாடுகள் நீடிக்கின்றன.

உலகில் பெரும்பாலான நாடுகள் அணுகுண்டு தயாரிக்க மாட்டோம் என்று உறுதிமொழி அளிக்கும் சர்வதேச ஒப்பந்தத்தில் கையெழுத்திட்டுள்ளன. ஆனாலும், உலகில் பெரும்பாலும் முன்னேறிய நாடுகளில் மட்டுமே அணுமின் நிலையங்கள் நிறுவப்பட்டுள்ளன.

இந்தியாவைப் பொறுத்தவரை இந்தியா அணுகுண்டு தயாரித்துவிடாதபடி எப்படியாவது தடுத்துவிட வேண்டும் என்பதில் மேற்கத்திய நாடுகள் குறியாக இருந்தன. ஆனால், மேற்கத்திய நாடுகளின் நிர்ப்பந்தம், கெடுபிடி, கட்டுமறுப்பு நடவடிக்கைகள் ஆகியவற்றை இந்தியா வெற்றிகரமாக எதிர்த்து நின்று சொந்த முயற்சி மூலம் அணுசக்தித் துறையில் கிட்டத்தட்ட வல்லரசு நாடுகளுக்கு இணையான முன்னேற்றத்தைக் கண்டது என்பது நீண்ட கதை.

ஐரோப்பிய நாடுகளைப் பொறுத்தமட்டில் பிரான்ஸ் நாட்டின் மொத்த மின் உற்பத்தியில் 75 சதவீதம் அணுமின்சாரம் மூலம் பெறப்படுகிறது. உக்ரைனிலும் ஹங்கேரியிலும் இது 50 சதவீத அளவுக்கு உள்ளது. பிற ஐரோப்பிய நாடுகளில் 30 முதல் 40 சதவீத அளவில் இருக்கிறது.

அமெரிக்கா பெரிய நாடு. அதன் மின்சாரத் தேவை அதிகம். அமெரிக்காவில் 100க்கும் அதிகமான அணுமின் நிலையங்கள் இருந்தாலும், மொத்த மின் உற்பத்தியில் அணுமின்சாரத்தின் பங்கு 20 சதவீத அளவில்தான் இருக்கிறது.

இப்போது இந்தியாவும் சீனாவும் மேலும் பல அணுமின் நிலையங்களை அமைப்பதில் முனைப்புக் காட்டி வருகின்றன.

இது ஒரு புறம் இருக்க, அமெரிக்காவில் பென்சில்வேனியா மாகாணத்தில் திரீ மைல் ஐலண்ட் என்னுமிடத்தில் உள்ள அணுமின் நிலையத்தின் அணு உலை ஒன்றில் 1979ஆம் ஆண்டில் கடும் விபத்து ஏற்பட்டது. நல்ல வேளையாக இந்த அணு உலையிலிருந்து வெளிப்பட்ட கதிரியக்கம் கடும் தீங்கு ஏற்படுத்தக்கூடிய அளவில் இருக்கவில்லை. ஆனால் 1986ஆம் ஆண்டில் உக்ரைனில் (அப்போதைய

சோவியத் யூனியன்) அமைந்த செர்னோபில் அணுமின் நிலையத்திலும், 2011ஆம் ஆண்டில் ஜப்பானில் ஃபுகுஷிமாவில் அமைந்த அணுமின் நிலையத்திலும் ஏற்பட்ட கடுமையான விபத்தின் விளைவாக உலகில் அணுமின் நிலையங்கள் குறித்துப் பல நாடுகளிலும் மக்களிடையே பெரும் பீதி ஏற்பட்டது.

இதன் விளைவாகப் புதிதாக அணுமின் நிலையங்களை அமைப்பதில் நாடு களிடையே தயக்கம் ஏற்பட்டது. ஜப்பானில் அணுமின் நிலையங்களின் செயல் பாடு நிறுத்திவைக்கப்பட்டது. எனினும், இப்போது அணுமின் நிலையங்களை படிப்படியாக இயக்க ஜப்பானிய அரசு முற்பட்டுள்ளது.

வளரும் நாடுகளைப் பொறுத்தவரை இந்தியா உட்பட சில நாடுகளில்தான் அணுமின் நிலையங்கள் உள்ளன. அணுமின் நிலையம் அமைக்க நிறைய முதலீடு தேவை என்பது முக்கியக் காரணம். பல நாடுகளிலும் அணுமின் நிலையங்களை இயக்குவதற்குத் திறன் படைத்த நிபுணர்கள் கிடையாது என்பதும் ஒரு காரண மாகும். தவிர, அணுமின் நிலையங்கள் குறித்த இயல்பான ஒரு பயமும் காரண மாகும். அணுமின் நிலையங்களை அமைக்க உதவி செய்யும் திறன் கொண்ட மேலை நாடுகளும் சரி, குறிப்பிட்ட சில நாடுகளுக்கு இந்த விஷயத்தில் உதவி செய்ய முன்வர மாட்டார்கள் என்ற சூழ்நிலையும் உள்ளது. எங்கே அந்த நாடு ரகசிய மாக அணுகுண்டு தயாரிப்பதில் ஈடுபட்டுவிடுமோ என்ற அச்சம் அதற்குக் காரணம்.

இப்படியான சூழ்நிலையில் உலகில் அனல் மின்நிலையங்களுக்கு மாற்றாக அணுமின் நிலையங்கள் விளங்குமா என்ற கேள்விக்கு எளிதில் விடை அளிக்க இயலாது.

மின்சார உற்பத்திக்கு இப்போது பின்பற்றப்படும் வழிகளை ஆராய்ந்தால் இது புலப்படும்.

## புனல் மின்சார நிலையங்கள்

இவை பல சாதக அம்சங்களைப் பெற்றுள்ளவைதான். ஆரம்ப முதலீட்டுக்குப் பிறகு பெரிய பராமரிப்புச் செலவு கிடையாது. இயற்கையான அருவிகள் அமைந்த இடங்களில் புனல் மின்நிலையங்களை அமைக்கிறார்கள். அணைகளிலும் அமைக்கிறார்கள். வேகமாகக் கீழ்நோக்கி விழும் அல்லது அணையிலிருந்து வேகமாக வெளியேறும் நீரானது டர்பைன்களை இயக்குகிறது. அவற்றுடன் இணைந்த ஜெனரேட்டர்கள் மின்சாரத்தை உற்பத்திசெய்கின்றன.

ஆனால், புனல் மின்நிலையங்களில் ஆண்டில் சில காலம் தண்ணீர் வரத்துக் குறைந்துபோய்விடுவதால், மின் உற்பத்தி அந்த அளவுக்குக் குறைந்துவிடும். ஆகவே, நிலையான மின் சப்ளைக்குப் புனல் மின்நிலையங்களை நம்பியிருக்க முடியாது.

## காற்று மின்நிலையங்கள்

அண்மைக் காலமாக உலகெங்கிலும் இவை நிறைய எண்ணிக்கையில் நிறுவப் பட்டுவருகின்றன. இயற்கையின் சக்தி பயன்படுத்தப்படுகிறது என்பதால் தனியே

எரிபொருள் எதுவும் தேவையில்லை. பராமரிப்புச் செலவு குறைவு. ஆனால், ஆண்டில் சில மாதங்கள் காற்று வீசாமல் போகலாம். காற்றின் வேகம் வாரத்துக்கு வாரம் மாறுபடலாம். தவிர, காற்று வீசும் இடங்களில் மட்டுமே இவற்றை நிறுவ முடியும். ஆகவே, ஒரு நாட்டின் மொத்த மின்சாரத் தேவைக்கும் காற்றாலைகளை நம்பியிருக்க முடியாது.

## சூரிய மின்சாரம்

ஆரம்ப முதலீட்டுச் செலவு அதிகம். பராமரிப்புச் செலவு குறைவு. சூரிய ஒளி இலவசமாகக் கிடைப்பது. எந்த இடத்தில் வேண்டுமானாலும் சூரிய மின்பலகைகளைப் பொருத்தி மின்சாரத்தை உற்பத்திசெய்யலாம். ஆனால் நாட்டின் மொத்த மின்சாரத் தேவைக்கும் சூரிய மின்சாரத்தை உறுதியாக நம்பி யிருக்க முடியாது. காரணம் பகலில் மட்டுமே சூரிய மின்சாரம் கிடைக்கும். மின் பலகைகளில் நிழல் விழுந்தாலும் மின் உற்பத்தி குறையும். மழை பெய்தால் மின் சார உற்பத்தி சாத்தியமில்லை.

## அனல் மின்நிலையங்கள்

இவற்றை நிச்சயம் நம்பி நிற்கலாம். ஆண்டில் எல்லாக் காலத்திலும் நிலையாக, நிச்சயமாக மின்சாரத்தை அளிப்பவை. ஏராளமான எரிபொருளை விழுங்குபவை. அனல் மின்நிலையங்களில் நிலக்கரிக்குப் பதில் எரிவாயு, உலை எண்ணெய் ஆகிய வற்றையும் பயன்படுத்த முடியும். ஆனால், இவை ஏராளமான அளவுக்குக் கரியமில வாயுவை வெளிப்படுத்தி பூமியின் சராசரி வெப்பம் அதிகரிப்பதற்குக் காரணமாக இருப்பவை.

பருவநிலை அடியோடு மாறிவிடும் ஆபத்து பயமுறுத்துவதால் அனல் மின் நிலையங்களைக் கைவிட வேண்டிய நிலைக்கு வந்துள்ளோம். காற்று மின்நிலையங் களோ, சூரிய மின்சாரமோ முழுக்கமுழுக்க மாற்றாக இருக்க முடியாது. அவற்றை நம்பியிருக்க முடியாது. எந்த நாட்டாலும் எந்த நேரத்திலும் நிச்சயமாக நம்பியிருக்கத்தக்க மின்சாரம் வேண்டும். ஆங்கிலத்தில் இதை base load என்பார்கள். அனல் மின்நிலையங்கள் இந்த நிச்சயமான மின்சாரத்தை அளிக்கின்றன. இதற்கு மேலாக உள்ள அதிகப்படிதான் காற்றாலைகளும் சூரிய மின்சாரமும். அனல் மின்நிலையங்களைக் கைவிடுவதானால் நிச்சயமான மின்சாரத்துக்கு (base load) ஓர் ஏற்பாடு இருக்க வேண்டும். அந்த இடத்தை அணுமின் நிலையங்களால் பூர்த்திசெய்ய முடியும்.

அணுமின் நிலையங்கள் குறித்த அச்சத்தை விலக்கிவிட்டுப் பார்த்தால் அணுமின் நிலையங்கள்தான் முதல் முக்கியத்துவம் பெற வேண்டும். ஏனெனில் அணுமின் நிலையங்கள் அவ்வளவு சாதக அம்சங்களைப் பெற்றுள்ளன. ஆனால் அணுமின் நிலையங்கள் குறித்து மக்களிடையே அச்சம் நிலவுவதற்குக் காரணங்கள் உள்ளன. அணுமின் அணு உலையில் விபத்து ஏற்படுவதாக வைத்துக்கொண்டால் அரசு அல்லது அணுமின் நிலைய அதிகாரிகள் அதை மூடி மறைக்காமல் அவர்களாக

முன்வந்து தெரிவித்தால்தான் வெளியே தெரியவரும். அப்படியான விபத்தால் சுற்றுவட்டாரத்தில் கடும் கதிரியக்கப் பாதிப்பு ஏற்பட வாய்ப்பு உண்டு. கதிரியக் கத் தாக்குதல் கண்ணுக்குத் தெரியாத ஒன்று. கதிரியக்கப் பாதிப்பை உணரவும் இயலாது.

விபத்தால் ஏற்படும் கதிரியக்க பாதிப்பு கடுமையாக இருந்தால் உடல் பாதிக்கப்படும். உடனடி மரணம் ஏற்படாவிட்டாலும் நிச்சயம் புற்றுநோய் பாதிப்பு உண்டு. எனவேதான் அணு உலையில் வெடிப்பு ஏற்பட்டால் அந்த அணு உலையைச் சுற்றிலும் சுமார் 30 கிலோ மீட்டர் வட்டாரத்தில் உள்ள மக்கள் உடனடியாக வெளியேற்றப்படுகிறார்கள். செர்னோபில் மற்றும் ஃபுகுஷிமா விலும் மக்கள் இவ்விதம் சுற்றுவட்டாரங்களிலிருந்து வெளியேற்றப்பட்டார்கள்.

விபத்தால் ஏற்படும் கதிரியக்கப் பாதிப்பு அகல மிக நீண்ட காலம் ஆகலாம். அணு உலை வெடிப்பால் சிதறும் மிக நுண்ணிய கதிரியக்கப் பொருட்களில் பல வும் மிக நீண்ட காலம் கதிரியக்கத்தை வெளிப்படுத்தக்கூடியவை. சிலவகை கதிரியக்கப் பொருட்கள் சுமார் 300 ஆண்டுகள்வரை ஆபத்தானவையாக இருக் கும். சில கதிரியக்கப் பொருட்கள் சுமார் 2 லட்சம் ஆண்டுகள்வரை கதிரியக்கத்தை வெளிப்படுத்திக்கொண்டிருக்கும்.

அணுக்கழிவுகளை அகற்றுவதில் இருக்கும் பிரச்சினைகள் முக்கியமானவை. அணு உலைக் கழிவுகள் என்பவை ஏதோ வீடு அல்லது அலுவலகத்தில் சேரும் குப்பை போன்றவை என்று நினைத்தால் அது தவறு. அணு உலைக் கழிவுகளை வெளியே தூக்கிக் கொட்டுவது கிடையாது. அப்படி கொட்டவும் முடியாது. கழிவுகள் எனப்படும் இவை விலை மதிப்பு கொண்டவை.

அணு உலை ஒன்றில் யுரேனியம் அடங்கிய தண்டுகள் இடம்பெறுகின்றன. இத்தண்டுகளின் பலனாக அணுப் பிளப்பு நிகழ்கிறது. இனியும் அணுப் பிளவு நிகழ வாய்ப்பில்லை என்ற நிலையில் 'எரிந்து தீர்ந்த' இத்தண்டுகள் வெளியே எடுக்கப்படுகின்றன. இவைதான் அணுக்கழிவுகள். வெளியே எடுக்கப்படும் நிலையில் இவை பயங்கர வெப்பம் கொண்டவையாகவும் கடும் கதிர்வீச்சை வெளிப்படுத்துபவையாகவும் இருக்கும். இவற்றைத் தண்ணீர் அடங்கிய தொட்டியில் நீண்ட காலம் போட்டு வைப்பர். இந்தத் தண்டுகளிலிருந்து தேவை யானால் தக்க தொழில்நுட்பம் மூலம் புளூட்டோனியம்-239 என்ற பொருளைப் பிரித்து எடுக்க முடியும். இந்த புளூட்டோனியத்தைப் பயன்படுத்தி அணுகுண்டு தயாரிக்க முடியும். அல்லது அந்த புளூட்டோனியத்தை ஈனுலைகள் எனப்படும் தனி வகை அணு உலைகளில் எரிபொருளாகப் பயன்படுத்த முடியும்.

புளூட்டோனியம் பிரிக்கப்பட்ட பிறகு மிஞ்சும் அணுக்கழிவுகள் அல்லது அவ்விதம் புளூட்டோனியம் பிரிக்கப்படாத அணுக்கழிவுகள் நன்கு சூடு ஆறிய பின்னர் அவற்றின் மீது கண்ணாடியை உருக்கி ஊற்றினால் அக்கழிவுகள் கண்ணாடிக் கட்டிகளுக்குள் அடைபட்டுவிடும். இந்தக் கண்ணாடிக் கட்டிகளை மனித நடமாட்டமில்லாத இடங்களில் மிக ஆழத்தில் புதைத்துவிட முடியும்.

மேற்சொன்ன காரணங்களால் பல நாடுகளும் அணுமின் நிலையங்களை அமைப்பதில் முனைப்பு காட்டுவதாக இல்லை.

ஐரோப்பாவில், ஜெர்மன் நாட்டில் இயங்கி வந்த அணுமின் நிலையங்களில் பாதி மூடப்பட்டுவிட்டன. 2022ஆம் ஆண்டுக்குள் அனைத்து அணுமின் நிலையங்களும் மூடப்பட்டுவிடும் என்று அறிவிக்கப்பட்டுள்ளது. ஜெர்மனியில் 1969இல் தொடங்கி 17 அணுமின் நிலையங்கள் நிறுவப்பட்டுள்ளன. 1986ஆம் ஆண்டில் நடந்த செர்னோபில் அணுமின் நிலைய விபத்தைத் தொடர்ந்து அந்நாட்டில் அணுமின் நிலையங்களுக்கு எதிராக பெரிய இயக்கமே உருவாகியது. அடிக்கடி பெரும் ஆர்ப்பாட்டங்கள் நடைபெற்றன. அத்துடன் அந்நாட்டில் பசுமை இயக்கச் சார்பு கொண்ட கட்சியும் சில காலம் ஆட்சிசெய்தது.

அணுமின் நிலையங்களை எதிர்ப்பவர்கள் ஜெர்மனியை உதாரணமாகக் காட்டுகின்றனர். ஆனால், ஜெர்மனியின் நிலைமை வேறு. இந்தியா போன்ற வளரும் நாடுகளின் நிலைமை வேறு. ஜெர்மனியை எடுத்துக்கொண்டால் அது முன்னேறிய நாடு. எனவே, அங்கு வருடா வருடம் கூடுதலாகத் தேவைப்படும் மின்சாரத்தின் அளவு குறைவு. வேறு விதமாகச் சொன்னால் ஜெர்மனியின் மின் சாரத் தேவை எதிர்காலத்தில் பல மடங்காக அதிகரிக்க வாய்ப்பில்லை. ஒருவேளை தேவைப்பட்டால் பக்கத்து நாடுகளிடமிருந்து உபரி மின்சாரத்தைப் பெறும் வாய்ப்பு ஜெர்மனிக்கு உள்ளது.

தவிர, வடக்கு ஆப்பிரிக்காவில் பாலைவனப் பகுதிகளில் சூரிய மின்சார நிலை யங்களை அமைத்து அங்கிருந்து மின்சாரத்தை ஜெர்மனிக்குக் கொண்டு வரு வதற்கான திட்டத்திலும் ஜெர்மனி ஈடுபட்டுள்ளது. ஆகவே, ஜெர்மனி மேலும் மேலும் அணுமின் நிலையங்களை மூடினால் பெரிய பாதிப்பு ஏற்படப்போவதில்லை.

ஆனால், ஐரோப்பாவில் வேறு எந்த நாட்டிலும் இவ்விதம் அணுமின் நிலையங்கள் மூடப்படவில்லை.

அனல் மின்நிலையங்களுடன் ஒப்பிட்டால் அணுமின் நிலையங்களை அமைக்க ஆரம்ப முதலீட்டுச் செலவு அதிகம். கட்டி முடிக்கவும் நீண்ட காலம் பிடிக்கிறது. அணுமின் நிலையங்களில் அவ்வப்போது யுரேனியத் தண்டுகளை மாற்றியாக வேண்டும். அந்த வகையில் நடைமுறைச் செலவு உண்டு. இந்த விஷயத்தில் ஒரு பிரச்சினை உண்டு. அணுமின் நிலையங்களுக்கான யுரேனியத்தைப் பிற நாடுகளிடமிருந்து பெறுவது எளிதல்ல. யுரேனியத்தை விற்கும் நாடு பல நிபந்தனைகளை விதிக்கலாம்.

இவ்வித நிபந்தனைகளுக்கு உட்பட்டு வாங்கப்படும் யுரேனியத்தைப் பயன்படுத்தும்போது விரிவாகக் கணக்குக் காட்டியாக வேண்டும்.

இது ஒரு புறம் இருக்க, அணு உலைகளில் எரிந்து தீர்ந்த யுரேனியத் தண்டு களை வெளியே எடுத்த பின்னர் அவற்றை யுரேனியத்தை அளித்த நாடுகளிடமே ஒப்படைத்தாக வேண்டும். அல்லது இந்தத் தண்டுகளைப் பத்திரமாகப் பாது காத்தாக வேண்டும். அவற்றைப் பாதுகாப்பதிலும் பல பிரச்சினைகள் உண்டு.

அணுமின் நிலையத்தை நிறுவியதிலிருந்து அதன் மீது சர்வதேச அணுசக்தி அமைப்பின் கண்காணிப்பு தொடர்ந்து இருந்துவரும்.

இப்படியான பல சிக்கல்கள் உள்ள காரணத்தால்தான் உலகில் சில நாடுகளில் மட்டுமே அணுமின் நிலையங்கள் உள்ளன. இப்போதுள்ள நிலைமைகளை வைத்துச் சொல்வதானால் உலகில் அனல் மின்நிலையங்களுக்கு மாற்றாக அணு மின் நிலையங்கள் இடம்பெறப் பெரிய வாய்ப்பு இருப்பதாகத் தோன்றவில்லை.

இந்தியாவில் 1969ஆம் ஆண்டில் முதல் அணுமின் நிலையம் அமெரிக்க உதவி யுடன் தாராப்பூரில் நிறுவப்பட்டது. ஆசியாவில் நிறுவப்பட்ட முதல் அணுமின் நிலையம் அதுவே ஆகும். பின்னர் அதே தாராப்பூரில் அமெரிக்க உதவியுடன் இரண்டாவது யூனிட்டும் நிறுவப்பட்டது.

அடுத்து 1972 ஆண்டு வாக்கில் ராஜஸ்தானில் கனடாவின் உதவியுடன் இரு அணுமின் நிலையங்கள் நிறுவப்பட்டன. எனினும், 1974ஆம் ஆண்டில் இந்தியா நிலத்துக்கு அடியில் அணுகுண்டு வெடித்துச் சோதனை நடத்தியதைத் தொடர்ந்து அமெரிக்கா, கனடா மட்டுமின்றி மேற்கத்திய நாடுகள் அனைத்தும் இந்தியாவுக்கு அணுசக்தித் துறையில் எந்த உதவியும் அளிப்பதில்லை என்று கூட்டாகக் கட்டு மறுப்பு நடவடிக்கையை மேற்கொண்டன. ஜப்பானும் இதில் மேற்கத்திய நாடுகளுடன் சேர்ந்துகொண்டது.

ஆனால், அணுசக்தித் துறையிலான ஆராய்ச்சியில் இந்தியா ஏற்கனவே நன்கு முன்னேறியிருந்ததால் மேலை நாடுகளின் எந்த உதவியும் இன்றி சொந்தமாக அணுமின் நிலையங்களை அமைப்பதில் ஈடுபட்டது. கல்பாக்கம் அணுமின் நிலையம் அவற்றில் ஒன்று. 2015ஆம் ஆண்டு நிலவரப்படி இந்தியா சொந்தமாக வடிவமைத்து நிறுவிய 14 அணுமின் நிலையங்கள் செயல்பட்டுவருகின்றன. ஆனால், இவை ஒவ்வொன்றும் குறைந்த அளவில் மின்சாரத்தை உற்பத்திசெய் பவையே. வெளிநாடுகளின் உதவியுடன் புதிதாகப் பல அணுமின் நிலையங்களை அமைக்க இந்தியா திட்டமிட்டுள்ளது. ரஷ்யாவின் உதவியுடன் தமிழகத்தில் நிறுவப்பட்ட கூடங்குளம் அணுமின் நிலையம் ஏற்கனவே செயல்பட்டு வருகிறது. இந்திய அரசு சொந்த முயற்சியிலும் புதிதாக அணுமின் நிலையங்களை நிறுவத் திட்டமிட்டுள்ளது.

மின்சார உற்பத்திக்கு அணுசக்தியைப் பயன்படுத்தலாமா கூடாதா என்பது குறித்து இந்தியா உட்பட உலக அளவில் பல நாடுகளில் தீவிர விவாதம் நடைபெற்றுவந்தாலும் மின்சாரப் பிரச்சினைக்கு அணுசக்தி ஒரு தீர்வு என்பதில் ஐயமில்லை.

உலகெங்கிலும் மின்சாரத்தின் தேவை அதிகரித்துவருகிறது. இந்தியா போன்ற வளரும் நாடுகளில் மின்சாரத் தேவை ஆண்டுக்கு ஆண்டு அதிகம் தேவைப் படுகிறது. வசதியற்ற மக்களின் வாழ்க்கைத்தரம் உயரும்போது அவர்கள் அதிக அளவில் மின்சாரத்தைப் பயன்படுத்துகிறார்கள். மின்சாரத்தால் இயங்கும் கருவி களையும் அதிக அளவில் பயன்படுத்துகிறார்கள். ஏற்கனவே ஓரளவு வசதியாக உள்ளவர்கள் குளிர் சாதனம் போன்ற வசதிகளை ஏற்படுத்திக்கொள்கிறார்கள்.

தவிர, பொருளாதாரம் வளர்ச்சியடைவதால் மேலும்மேலும் பல ஆலைகள் நிறுவப்படுகின்றன. அலுவலகங்கள், கடைகள், பள்ளிகள், கல்லூரிகள் ஆகிய வற்றின் எண்ணிக்கை அதிகரிக்கிறது. இப்படியாகப் பல வகைகளிலும் மின்சாரத்தின் தேவை அதிகரிக்கிறது.

உள்ளபடி மின்சாரத்தை உற்பத்தி செய்வதற்கு இப்போது உலகில் பெரும் பாலும் பயன்படுத்தப்படுவது நிலக்கரியே. (இந்தியாவில் ஓரளவுக்குத்தான் லிக்னைட் எனப்படும் பழுப்பு நிலக்கரி பயன்படுத்தப்படுகிறது). எரிவாயு, உலை எண்ணெய் ஆகியவையும் ஓரளவுக்குப் பயன்படுத்தப்படுகின்றன.

ராட்சத அனல் மின்நிலையங்கள் பயங்கரமாக நிலக்கரியை விழுங்குபவை. இந்தியாவை எடுத்துக்கொண்டால் குஜராத்தில் உள்ள ஒரு ராட்சத அனல் மின் நிலையம் 4600 மெகாவாட் மின்சாரத்தை உற்பத்தி செய்கிறது. இந்த அனல் மின் நிலையம் ஒரு மணி நேரத்தில் 2500 டன் வீதம் நிலக்கரியைப் பயன்படுத்துகிறது. உலகில் தனியார் துறையிலான அனல் மின்நிலையங்களில் இதுவே மிகப் பெரியதாகும். இது ஆண்டு தோறும் பல லட்சம் டன் கரியமிலவாயுவைக் காற்று மண்டலத்தில் கலக்கவிடுகிறது.

இங்கு நவீன தொழில்நுட்பம் பின்பற்றப்பட்டுள்ளது என்பதால் இது வெளி யிடும் கரியமிலவாயு மற்ற பல ராட்சத அனல் மின்நிலையங்களைவிட சற்றுக் குறைவு.

அமெரிக்காவை எடுத்துக்கொண்டால் ஜார்ஜியா மாகாணத்தில் உள்ள ஓர் அனல் மின்நிலையம் 3500 மெகாவாட் மின்சாரத்தை உற்பத்தி செய்வதாகும். இந்த அனல் மின்நிலையத்துக்கு ஒவ்வொரு மணி நேரமும் 1300 டன் நிலக்கரி தேவை.

உலகில் 2000 மெகாவாட்டுக்கும் அதிகமான மின்சாரத்தை உற்பத்தி செய் யும் அனல் மின்நிலையங்கள் 200க்கும் அதிகமாக உள்ளன. 2000 மெகாவாட்டுக் கும் குறைவாக உற்பத்தி செய்யும் அனல் மின்நிலையங்கள் மிக நிறையவே உள்ளன. இவற்றின் மூலம் காற்று மண்டலத்தில் சேரும் கரியமிலவாயு அளவைக் குறைக்கப் புதிய தொழில்நுட்பங்கள் உருவாக்கப்பட்டுவருகின்றன. ஆனாலும் இந்த நடவடிக்கைகளால் கரியமிலவாயு சேர்மானம் பெரிதாகக் குறைந்துவிடப்போவதில்லை.

இந்த நிலையில் அணுமின் நிலையங்களுக்கு மாறுவது சாத்தியமாக இருக்குமா என்ற கேள்வி எழுகிறது. எனினும், இது அந்தந்த நாட்டில் அணுமின் சார உற்பத்திக்கு ஆதரவாக அல்லது எதிராக மக்களிடையே நிலவும் கருத்து மற்றும் அரசுகள் வகுக்கும் கொள்கைகள் ஆகியவற்றைப் பொறுத்தது.

\* \* \* \* \*

## 18 பூமிமீது கைவைக்க விசித்திரத் திட்டங்கள்

ஏத்தைத் தின்றால் பித்தம் தெளியும் என ஒரு முதுமொழி உண்டு.

பருவங்கள் மாறினால் விபரீத நிலைமைகள் ஏற்படும் என்று நிபுணர்கள் எச்சரித்துவரும் நிலையில் அவ்வித நிலைமைகள் ஏற்படாமல் தடுப்பதற்குச் சில நிபுணர்கள் பல விசித்திரத் திட்டங்களைக் கூறிவருகின்றனர்.

இவ்விதத் திட்டங்கள் வேடிக்கையானவை என்பதைவிட விபரீதமானவை. இவற்றில் பலவும் எதிர்பார்த்த பலனை அளிப்பதற்குப் பதில் பாதகமான விளைவுகளை உண்டாக்கக்கூடியவை.

பருவநிலை மாற்றத்தால் தென் துருவத்திலும் வட துருவத்திலும் உள்ள பிரம்மாண்டமான பனிப் பாளங்கள் உருகிக் கடல்களில் நீர்மட்டம் உயரலாம் என்று கூறப்படுகிறது. இந்தப் பிரச்சினையைச் சமாளிக்க அமெரிக்காவில் ஒரு நிபுணர் விசித்திரமான திட்டத்தைக் கூறியுள்ளார்.

அமெரிக்காவின் தென்மேற்குப் பகுதியில் கலிபோர்னியா மாகாணத்தில் மரணப் பள்ளத்தாக்கு என்ற பகுதி உள்ளது. இங்கு மனிதக் குடியிருப்புகள் கிடையாது. தண்ணீர் கிடையாது. பயங்கர வெயில். ஒரு சமயம் இங்கு வெயில் 56 டிகிரி செல்சியஸ் அளவுக்கு இருந்துள்ளது. மரணப் பள்ளத்தாக்குப் பிராந்தியம் சுமார் 13 ஆயிரம் சதுர கிலோ மீட்டர் பரப்பளவு கொண்டது. பரப்பளவில் இந்தியாவின் நாகாலாந்து மாநிலத்துக்கு இணையானது.

மரணப் பள்ளத்தாக்குப் பகுதியானது கடல்மட்டத்திலிருந்து 86 மீட்டர் தாழ்வாக உள்ளது. பிரம்மாண்டமான ஒரு பெரிய பள்ளம் என்று சொல்லும் அளவுக்குத் தாழ்வாக உள்ளது. மரணப் பள்ளத்தாக்கிலிருந்து மேற்கே சுமார் 200 கிலோ மீட்டர் தூரத்தில் பசிபிக் கடல் உள்ளது. கடலுக்கும் மரணப் பள்ளத்தாக்கிற்கும் குறுக்கே நிற்பது மிக உயரமான ராக்கி மலைத் தொடராகும்.

ராக்கி மலைக்கு அடியில் நீண்ட சுரங்கம் தோண்டிப் பெரும் குழாய்கள் வழியே பசிபிக் கடல்நீர் மரணப் பள்ளதாக்கிற்குப் பாயும்படி செய்யலாம் என்பது அந்த நிபுணரின் யோசனையாகும். இப்படிச் செய்தால் மேற்கு பசிபிக்கில் கடல்மட்டம் உயராமல் தவிர்த்துவிட முடியும் என்று அவர் கருதுகிறார். மரணப் பள்ளத்தாக்குப் பிராந்தியத்தில் கடும் வெயில் என்பதால் நீர் தொடர்ந்து ஆவியாகிக்கொண்டே இருக்கும். ஆகவே, தொடர்ந்து கடல்நீர் வந்துகொண்டிருக்கும் என்றும் அவர் கூறுகிறார்.

துருவப் பகுதிகளில் பனிப் பாளங்கள் உருகினால்தானே கடல்மட்டம் உயருகிறது. பனிப் பாளங்கள் உருகிவிடாமல் தடுத்தால் பிரச்சினையே இல்லையே. இந்த வழியில் சிந்தித்தார் உலகப் புகழ் பெற்ற நிபுணர் டாக்டர் ஜேசன் பாக்ஸ். பனிப் பாளங்களை மிகப் பெரிய பிளாஸ்டிக் விரிப்புகளைக்கொண்டு மூடினால் போச்சு, உருகாமல் தடுத்துவிடலாம் என்றார் அவர். சொன்னதோடு நிற்கவில்லை. பிளாஸ்டிக் பாய்களுடன் கிரீன்லாந்துக்குப் புறப்பட்டார். வட கோளார்த்தத்தில் மிக ஏராளமான அளவுக்குப் பனிப் பாளங்களால் மூடப்பட்ட பகுதி கிரீன்லாந்து ஆகும்.

கிரீன்லாந்தின் பரப்பளவு இந்தியாவின் பரப்பளவில் மூன்றில் ஒரு பங்கு. ஆனால் 80 சதவீத நிலப்பரப்பு பனிப் பாளங்களால் மூடப்பட்டது. தரை என்பதே பனிக்கட்டிதான். இரண்டு முதல் மூன்று கிலோ மீட்டர் ஆழத்துக்குத் துளை போட்டால்தான் மண் தரையை எட்ட முடியும்.

கிரீன்லாந்தின் பனிக்கட்டிகள் உருகாமல் தடுத்தால் கடல்மட்ட உயர்வை ஓரளவுக்குத் தடுக்க முடியும். டாக்டர் பாக்ஸ் 2009ஆம் ஆண்டில் ஹெலிகாப்டர்களில் விசேஷ பிளாஸ்டிக் பாய்களுடன் கிரீன்லாந்துக்குச் சென்றார். பரீட்சார்த்தமாகப் பனிப் பாளங்களின் விளிம்புப் பகுதிகளை மட்டும் முதலில் மூடி சோதிப்பது அவரது திட்டம். சுமார் பத்தாயிரம் சதுர மீட்டரில் பிளாஸ்டிக் பாய்கள் தரையில் பொருத்தப்பட்டன. பயங்கர வேகத்தில் பனிப்புயல் வீசும் காலத்தில் பிளாஸ்டிக் பாய்கள் காற்றில் பறந்துவிடாமல் தடுக்கவும் ஏற்பாடுகள் செய்யப்பட்டன.

அந்த பிளாஸ்டிக் பாய்கள் சூரிய ஒளியைத் திருப்பிப் பிரதிபலிக்கும் தன்மை கொண்டவை. ஆகவே, பிளாஸ்டிக் பாய்களைப் போட்டு மூடிவிட்டால் பனிப் பாளங்கள் உருகாது என்பது அவரது வாதம். இந்தப் பரீட்சார்த்தத் திட்டத்துக்கே பல கோடி ரூபாய் செலவாயிற்று.

பணம் இருந்தால் போதும். மற்றபடி இது சாத்தியமான திட்டமே என்று அந்த நிபுணர் கூறுகிறார்.

நல்ல வெயில் காலத்தில் கிராமப்புறங்களில் வீட்டுக்குள் அனல் தாக்காமல் இருக்க வீட்டு வாசலில் பந்தல் போடுவார்கள். அது போல பூமியைச் சூரிய வெப்பம் அதிகம் தாக்காமல் இருக்க விண்வெளியில் பூமிக்கு ஒரு பந்தல் போடலாம் என்பது இன்னொரு திட்டமாகும். விண்வெளியில் மெல்லிய விரிப்பு ஒன்று இருக்கும்படி செய்தால் அது பூமிக்குப் பந்தல் போட்டது போலாகிவிடும். விசித்திர திட்டங்களில் இதுவும் ஒன்றாகும்.

இன்னொன்று விண்வெளியில் லென்ஸ் அமைப்பது. ஒளியைக் குவியச் செய்யும் லென்ஸ் உண்டு. அதேபோல ஒளியைப் பரவலாக்கும் லென்ஸும் உண்டு. ஒளியைப் பரவலாக்க விண்வெளியில் லென்ஸ் போன்ற ஒன்றை நிறுவினால் பூமிக்கு வரும் ஒளி அளவு குறையும் ஆகவே, பூமி சூடேறுவதைக் குறைத்துவிடலாம். இதுவும் ஒரு விசித்திரத் திட்டம்.

ஆனால், இந்த விசித்திரத் திட்டங்களில் எல்லாம் ஒரு விஷயம் புதைந்திருக்கிறது. அதாவது மேலை நாடுகளில், குறிப்பாக அமெரிக்காவில், நிலக்கரி மற்றும்

பெட்ரோலிய எண்ணெய் உபயோகத்தைக் குறைக்காமல் அதாவது அவர்களது வாழ்க்கைத்தரத்தில் கைவைக்காமல் வேறு வகையில் என்ன செய்யலாம் என்பதே அந்த நோக்கமாகும். இந்த விசித்திரத் திட்டங்கள் குறித்து வேறு எந்த வகையிலும் கருத்துக் கூற முடியாது.

காற்று மண்டலத்தில் உள்ள கரியமிலவாயுவின் அளவைக் குறைக்க இன்னொரு விசித்திரத் திட்டம் கூறப்பட்டுள்ளது. அதாவது கடல்களில் ஆங்காங்கு நுண்ணிய இரும்புத் தூளைப் போடுவதாகும். இதன் மூலம் கடல்களில் உள்ள பிளாங்கட்டான் என்னும் நுண்ணுயிரிகள் பல்கிப் பெருகும். இந்த நுண்ணுயிரிகள் காற்று மண்டலத்தில் உள்ள கரியமிலவாயுவை எடுத்துக்கொள்பவை. ஆனால் இப்படிச் செய்தால் வேறு வகையில் விபரீத விளைவுகள் ஏற்படலாம் என்று சுட்டிக்காட்டப்பட்டுள்ளது.

காற்றில் உள்ள கரியமிலவாயுவை ஈர்த்துக்கொள்ளச் செயற்கையான வழிமுறை பற்றியும் ஆராயப்பட்டுவருகிறது. நடைமுறையில் இது சாத்தியமே. ஆனால் இதற்குக் கட்டுபடியாகாத அளவுக்குச் செலவு ஆகும். தவிர, இந்த முறையைப் பயன்படுத்தும்போதே கரியமிலவாயு உற்பத்தியாகும். கரியமிலவாயுவை அகற்றுவதாகச் சொல்லிக்கொண்டு கரியமிலவாயுவை உற்பத்திசெய்வதில் அர்த்தமில்லை. ஒருவேளை சூரிய வெப்பத்தைப் பயன்படுத்தி இதைச் சாதிக்க முடியும் என்றால், அதற்கும் செலவு கட்டுபடியாக வேண்டும் என்ற பிரச்சினை உள்ளது.

செயற்கை மரங்களைக் கொண்டு கரியமிலவாயுவை அகற்றலாம் என்பது இன்னொரு யோசனையாகும். இப்படியான ஒரு செயற்கை மரமானது இயற்கையான மரத்தைவிட 1000 மடங்கு அளவுக்குக் கரியமிலவாயுவை உறிஞ்சிக்கொள்ளுமாம்.

காற்றை உறிஞ்சி கரியமிலவாயுவை அகற்றுவது இன்னொரு திட்டமாகும். புகைபோக்கி போன்ற கட்டுமானங்களை எழுப்ப வேண்டும். அதன் அடியில் காற்றை உறிஞ்சுவதற்கான மின்விசிறியைப் பொருத்த வேண்டும். உள்ளே இழுக்கப்படும் காற்றிலிருந்து வேதியியல் முறையில் கரியமிலவாயுவை அகற்ற வேண்டும். கரியமிலவாயு அகற்றப்பட்ட வாயு மேற்புறம் வழியே வெளியே சென்றுவிடும். ஆங்காங்கு இவ்வித கோபுரங்களை அமைத்து அவை தொடர்ந்து இயங்கும் வகையில் செய்தால் கணிசமான கரியமிலவாயுவை அகற்றிவிடலாம்.

இவ்விதம் பல வித யோசனைகள் கூறப்பட்டுவருகின்றன. செலவு கட்டு படியாகக்கூடிய அத்துடன் நடைமுறை சாத்தியமான வழிமுறை இனிமேல்தான் கண்டுபிடிக்கப்பட வேண்டும்.

இப்படியான யோசனைகள் எல்லாமே காற்று மண்டலம் உட்பட பூமிமீது கைவைக்கின்ற ஏற்பாடாகும். இவற்றால் விபரீத விளைவுகள் ஏற்படுமானால் அது உலக மக்கள் அனைவரையும் பாதிப்பதாக ஆகிவிடும். பூமியை ஏதேனும் ஒரு வகையில் பாதிக்கும் செயலில் ஈடுபட எந்த நாட்டுக்கும் உரிமை கிடையாது.

\* \* \* \* \*

# 19 பாரிஸில் ஒரு புரட்சி

“பாரிஸ் நகரம் கடந்த பல நூற்றாண்டுகளில் பல புரட்சிகளைக் கண்டுள்ளது. இந்த நகரில் இப்போது நிகழ்ந்துள்ள புரட்சி மிக அமைதியானது” என்று பிரெஞ்சு அதிபர் பிரான்ஸ்வா ஹொலாந்த் கூறினார். பருவநிலை மாற்றத்தைத் தடுக்கும் நோக்கிலான சர்வதேச ஒப்பந்தம் பாரிஸ் நகரில் 2015ஆம் ஆண்டு டிசம்பர் 12ஆம் தேதி கையெழுத்தான நிகழ்ச்சியில் அவர் இவ்விதம் கூறினார். சுமார் 150 நாடுகளின் அதிபர்களும் பிரதமர்களும் நேரில் பங்குபெற்ற அந்த ஒப்பந்தம் வரலாற்று முக்கியம் வாய்ந்ததே. அந்த ஒப்பந்தத்தில் இந்தியா, அமெரிக்கா, சீனா உட்பட 198 நாடுகள் கையெழுத்திட்டன.

பூமியின் காற்று மண்டலத்தில் கரியமிலவாயு உட்பட பசுமைக் குடில் வாயுக்கள் மேலும்மேலும் சேருவதைத் தடுத்து நிறுத்தி, அதன் மூலம் புவி வெப்ப மடையும் பிரச்சினைக்குத் தீர்வு காண்பதே அந்த ஒப்பந்தத்தின் நோக்கம். அதற்கான வகையில் நிலக்கரி, பெட்ரோல், டீசல் ஆகியவற்றின் பயன்பாட்டைப் படிப்படியாகக் குறைப்போம் என இந்த மாநாட்டில் பங்குகொண்ட நாடுகள் தங்கள் உறுதியை இந்த ஒப்பந்தம் மூலம் தெரிவித்தன.

எனினும், புவி வெப்பமடைவதை உடனடியாகத் தடுத்து நிறுத்த இயலாது. எந்த நடவடிக்கையும் எடுக்காமல் விட்டுவிட்டால் இந்த நூற்றாண்டுக் கடைசி வாக்கில் பூமியின் சராசரி வெப்ப உயர்வு 1880 ஆண்டில் இருந்ததைவிட 3 அல்லது 3.5 டிகிரி செல்சியஸ் அளவுக்கு உயர்ந்து உலக அளவில் பருவ நிலைமைகள் விபரீத அளவுக்கு மாறி, பயிர்ச் சாகுபடி முறை கடுமையாகப் பாதிக்கப்பட்டு, பஞ்சம், பட்டினி, பிணி, வன்முறை ஆகியவற்றில் போய் முடியும். அவ்விதம் நிகழாமல் இருக்க, பசுமைக் குடில் வாயுக்களின் வெளியேற்றத்தைக் குறைப்பதன் மூலம் சராசரி வெப்ப உயர்வை இந்த நூற்றாண்டுக் கடைசிவாக்கில் 2 டிகிரிக்கு மேல் போகாமல் பார்த்துக்கொள்வது என்பது இந்த ஒப்பந்தத்தின் பிரதான நோக்கம். முடியுமானால் இது 1.5 டிகிரி அளவுக்கு மேல் போகாமல் பார்த்துக்கொள்ள பாரிஸ் மாநாட்டில் விருப்பம் தெரிவிக்கப்பட்டது.

கடந்த 1992ஆம் ஆண்டில் ஐ.நா. சார்பில் நடந்த முதல் மாநாட்டில் தொடங்கி இருபது தடவை நடந்த சர்வதேச மாநாடுகளில் உடன்பாடு எதுவும் ஏற்படாமல் கடைசியில் பாரிஸ் மாநாட்டில் உடன்பாடு ஏற்பட்டது. இந்த உடன்பாட்டின் மூலம் வருகிற ஆண்டுகளில் உருப்படியான பலன்கள் ஏற்படுமா? நிலக்கரி,

பெட்ரோல், டீசல் போன்றவற்றின் பயன்பாடு பெரிய அளவுக்குக் குறைக்கப்பட்டு சூரிய மின்சாரம், காற்று மின்சாரம் ஆகியவற்றுக்கு மாறுவது திட்டமிட்டபடி நிறைவேறுமா? கடல்மட்ட உயர்வினால் மூழ்கும் ஆபத்தை எதிர்ப்பட்டுள்ள சிறிய தீவு நாடுகள் காப்பாற்றப்பட்டுவிடுமா எனப் பல கேள்விகள் முளைத்துள்ளன.

பருவநிலையிலான விபரீத மாற்றம் என்பது உலகில் ஒரு சில நாடுகளை மட்டும் பாதிக்கும் ஒன்று அல்ல. அனைத்து நாடுகளையும் பாதிக்கும் ஒன்று. அந்த அளவில் உலக நாடுகள் அனைத்துமே முடிந்தவரை சிரத்தையுடன் பாரிஸ் உடன்பாட்டை அமலாக்குவதில் ஈடுபடும். எனவே இந்த ஒப்பந்தம் நம்பிக்கை அளிப்பதாகவே உள்ளது எனலாம்.

பாரிஸ் உடன்பாடு அனைத்து நாடுகளுக்கும் திருப்தி அளிக்கும் வகையில் அமைந்துள்ளதா என்பதும் ஒரு கேள்வியே. பொதுவில் இப்படியான சர்வதேச உடன்பாடுகள் அனைவருக்கும் திருப்தி அளிப்பதாக இருப்பதில்லை. இந்த உடன்பாடும் அப்படிப்பட்டதே.

மேற்கத்திய நாடுகள் கிட்டத்தட்ட 1880ஆம் ஆண்டிலிருந்து தொழில் வளர்ச்சியை முன்னிட்டு இஷ்டத்துக்குக் காற்று மண்டலத்தில் ஏராளமான அளவுக்குக் கரியமிலவாயுவைச் சேர்த்துவந்துள்ளதே பூமி வெப்பம் அடைந்து வருவதற்குப் பிரதான காரணமாகும். இவ்விதமாகத்தான் அவை முன்னேறிய நாடுகளாக மாறின. வேறு விதமாகச் சொல்வதானால் அவைதான் காற்று மண்டலத்தைக் கெடுத்தன. மேற்கத்திய நாடுகளுக்கு இணையாக, இன்னும் சொல்லப்போனால், அமெரிக்காவுக்கு இணையான வல்லரசு நாடாக மாற வேண்டும் என்ற ஒரு வெறியில் சீனா கடந்த பல ஆண்டுகளில் அசுர வேகத் தொழில் அபிவிருத்தியில் ஈடுபட்டு அதன் மூலம் ஏராளமான அளவுக்குக் கரியமிலவாயுவை வெளிப்படுத்திவருகிறது. காற்று மண்டலத்தைக் கெடுத்ததில் சீனாவுக்கும் முக்கியப் பங்கு உண்டு.

ஆனால் உலகுக்கு இவ்விதம் கெடுதியை ஏற்படுத்திய நாடுகளுக்கு எவ்விதத் தண்டனையும் கிடையாது. அவை எந்தப் பிராயச்சித்தமும் செய்யப்போவதில்லை என்பதாகவே பாரிஸ் உடன்பாடு அமைந்துள்ளது. இது விஷயத்தில் உலகின் பல நாடுகளுக்கு வருத்தமே. உள்ளபடி, உலகம் முன்னேறிய நாடுகள், முன்னேறு வதற்கு முயலும் வளரும் நாடுகள் என்று இரு வகைகளாகப் பிரிந்து நிற்கிறது. இவற்றைப் பணக்கார நாடுகள், ஏழை நாடுகள் என்றும் வகை பிரிக்கலாம். இந்த வித்தியாசம் அடிப்படையிலானது. எனவே கரியமிலவாயு வெளிப்பாட்டைக் குறைத்துக்கொள்வதில் பணக்கார நாடு, ஏழை நாடு என்ற பாகுபாடு இல்லாமல் அனைவரும் சமமே என்ற அணுகுமுறை சரியானதாக இருக்க முடியாது. ஆனால் பாரிஸ் உடன்பாடு அந்த அணுகுமுறையைத்தான் பின்பற்றியுள்ளது. யதார்த்த உலகைக் கணக்கில் கொண்டு வேறு வழியின்றி இந்த அணுகுமுறை பின்பற்றப்பட்டதாகவும் கூறலாம்.

இப்படியில்லாமல் முன்னர் 1997இல் ஜப்பானில் கியோட்டோ நகரில் நடந்த மாநாட்டில் சரியான அணுகுமுறை பின்பற்றப்பட்டு, முன்னேறிய நாடுகள் ஒரு வகையாகவும் வளரும் நாடுகள் இன்னொரு வகையாகவும் பிரிக்கப்

பட்டன. முன்னேறிய நாடுகள் கரியமிலவாயு வெளிப்பாட்டைக் குறிப்பிட்ட ஆண்டுக்குள்ளாகக் குறிப்பிட்ட அளவுக்குக் குறைத்துக்கொண்டாக வேண்டும் என்பது கட்டாயமாக்கப்பட்டது. ஆனால், வளரும் நாடுகள் மீது அவ்வித நிபந்தனை விதிப்பது நியாயமாகாது என்பதற்காக அவற்றுக்கு இலக்கு எதுவும் நிர்ணயிக்கப்படவில்லை.

அப்போது வளரும் நாடுகள் கியோட்டோ உடன்பாட்டை வரவேற்றன. ஆனால், முதலில் கியோட்டோ ஒப்பந்தத்தில் கையெழுத்திட்ட அமெரிக்கா, பின்னர் அதை அடியோடு நிராகரித்தது. இந்தியா போன்ற வளரும் நாடுகளுக்கு ஏன் இலக்கு நிர்ணயிக்கவில்லை என்று அமெரிக்கா கேட்டது. கியோட்டோ ஒப்பந்தத்தை அமெரிக்கா நிராகரித்ததைத் தொடர்ந்து மேலும் சில முன்னேறிய நாடுகள் இவ்விதம் நிராகரித்தன. எனவே, கியோட்டோ ஒப்பந்தம் நொடிந்தது. இதுபற்றி முந்தைய அத்தியாயம் ஒன்றில் குறிப்பிட்டோம்.

பாரிஸ் உடன்பாட்டில் சொல்லப்பட்டுள்ளது என்ன? கரியமிலவாயு வெளிப் பாட்டைக் குறைத்துக்கொள்வதில் யார் மீதும் கட்டாயம் கிடையாது. இலக்கு கிடையாது. கால வரம்பு கிடையாது. எனினும், உலகின் எல்லா நாடுகளும் கரியமிலவாயு வெளிப்பாட்டைக் குறைத்துக்கொள்ள வேண்டும் என்று பாரிஸ் உடன்பாடு பொதுப்படையாகக் கூறுகிறது. ஒவ்வொரு நாடும் எந்த ஆண்டுக்குள் எவ்வளவு குறைத்துக்கொள்ள வேண்டும் என்பதை அந்தந்த நாடே தீர்மானித்துக்கொள்ள வேண்டும். பாரிஸ் மாநாட்டுக்குப் பல மாதங்களுக்கு முன்னதாகவே உலக நாடுகள் இது குறித்த தங்களது திட்டங்களை அனுப்பலாயின. சுருங்கச் சொன்னால் இவை அனைத்தின் தொகுப்புதான் பாரிஸ் உடன்பாடாகும்.

ஒரு நாடு தானாக இவ்விதம் நிர்ணயித்துக்கொண்ட இலக்கை எட்டியாக வேண்டும் என்ற கட்டாயம் எதுவும் கிடையாது. ஐந்து ஆண்டுகளுக்குப் பிறகு நடக்கும் மாநாட்டில் எந்தெந்த நாடுகள் எந்த அளவுக்கு இலக்குகளை எட்டியுள் ளன என்று ஆய்வு நடத்தப்படும். கரியமிலவாயு வெளிப்பாட்டை மேலும் தீவிர மான முறையில் குறைப்பதற்கு நாடுகள் இதேபோலப் புதிய இலக்குகளைத் தெரிவிக்கும்.

சில நாடுகள் தங்களது இலக்குகளை எட்டவில்லை என்றால் அந்த நாடு களுக்குத் தண்டனை என எதுவும் கிடையாது. இலக்கை எட்டத் தவறிய நாடுகள் மீது பிற நாடுகள் பொருளாதாரத் தடை விதிப்பது போன்ற நடவடிக்கைகளும் இராது. சர்வதேச அரங்கில் அளித்த வாக்குறுதியை நிறைவேற்றத் தவறிய நாடு என உலக அரங்கில் அந்த நாட்டுக்கு ஏற்படும் தலைகுனிவு ஒன்றுதான் தண்டனை.

கரியமிலவாயு வெளிப்பாட்டைக் குறைத்துக்கொள்வதில் வளரும் நாடுகளுக்கு அளிக்கப்பட்ட சலுகை ஒன்று உண்டு. வளரும் நாடு ஒன்று தனது மக்களின் வாழ்க்கைத் தரத்தை உயர்த்தப் பல பொருளாதார நடவடிக்கைகளை மேற் கொண்டாக வேண்டும். எனவே அந்த நாடுகளின் கரியமிலவாயு வெளிப்பாடு தவிர்க்க முடியாத வகையில் அதிகரிக்கும். அது ஒரு உச்சகட்டத்தை எட்டிய பிறகு அந்த நாடுகள் கரியமிலவாயு வெளிப்பாட்டைக் குறைத்துக்கொள்வதில் ஈடுபட வேண்டும்.

முன்னேறிய நாடுகளில் நிலக்கரி, பெட்ரோல், டீசல் ஆகியவற்றின் உபயோகத்தைக் குறைத்து, சூரிய மின்சாரம், காற்று மின்சாரம் ஆகியவற்றுக்கு மாறுவது பெரிய பிரச்சினையாக இராது. இவ்விதம் மாறிக்கொள்ள அவற்றிடம் தகுந்த நிதி வசதி உண்டு. தகுந்த மாற்றுத் தொழில்நுட்பமும் உண்டு.

முன்னேறிய நாடுகள் இத்தொழில்நுட்பத்தை வளரும் நாடுகளுக்கு அளிக்க வேண்டும் என்று பாரிஸ் உடன்பாடு கூறுகிறது. அத்துடன் வளரும் நாடுகளுக்கு ஆண்டுதோறும் 10,000 கோடி டாலர் வீதம் நிதி உதவி அளிக்க வேண்டும் என்றும் அது கூறுகிறது. இதுபற்றிய விவரம் இன்னும் தீர்மானிக்கப்படவில்லை. இந்த நிதி அளவு போதாது என்பது இந்தியாவின் கருத்து. தொழில்நுட்ப உதவியைப் பொறுத்தமட்டில் அது இரண்டாம் தரத் தொழில்நுட்பமாக இருக்கக் கூடாது என்ற பிரச்சினையும் உள்ளது.

பாரிஸ் உடன்பாட்டின்படி வெப்ப மண்டலத்தில் அமைந்த வளரும் நாடுகள் மீது ஒரு சுமை உண்டு. அது காற்று மண்டலத்திலிருந்து கரியமிலவாயுவை மேலும் அதிக அளவில் அகற்றுவதற்கான வகையில் நிறைய காடுகளை வளர்ப்பதாகும்.

பாரிஸ் உடன்பாடு வேண்டுமென்றே இரண்டு பிரிவுகளாக அமைக்கப்பட்டுள்ளது. முதல் பகுதியானது சர்வதேச ஒப்பந்தம் என்ற அளவில் அனைத்து நாடுகளையும் சட்டப்படி கட்டுப்படுத்துவதாகும். அப்பகுதியின் பிரதான அம்சம் கரியமிலவாயு வெளிப்பாட்டை அனைத்து நாடுகளும் கட்டுப்படுத்த வேண்டும் என்று உறுதி கூறுவதாகும். இது பொதுப்படையாகக் கூறப்படும் ஒன்று.

எனினும், உடன்பாட்டின் முக்கிய அம்சங்கள் இரண்டாம் பகுதியில்தான் இடம்பெற்றுள்ளன. இரண்டாம் பகுதியில் கூறப்பட்டவை நாடுகளைச் சட்டப்படி கட்டுப்படுத்தாதவை. அமெரிக்க அதிபர் ஒபாமாவின் அரசு கேட்டுக்கொண்டதன் பேரில்தான் உடன்பாடு இவ்விதம் இரண்டு பிரிவுகளாகத் தயாரிக்கப்பட்டது. அமெரிக்காவின் உள்ள சில சட்டப் பிரச்சினைகள் காரணமாக அமெரிக்கா இவ்வித வேண்டுகோளை விடுத்தது.

அமெரிக்க அரசு, சர்வதேச ஒப்பந்தம் ஒன்றில் கையெழுத்திட்டால் அது அமெரிக்க சட்டமன்றத்தின் மேல்சபையான செனட்டின் ஒப்புதலைப் பெற்றாக வேண்டும். அதுவும் மூன்றில் இரு பங்கு உறுப்பினர்களின் ஆதரவு தேவை. அமெரிக்க அரசியல் அமைப்பில் 100 உறுப்பினர்களைக் கொண்ட செனட்தான் சக்தி வாய்ந்ததாகும். பாரிஸ் உடன்பாட்டுக்கு அமெரிக்க செனட்டில் ஒப்புதல் கிடைப்பது சந்தேகமே என்று அதிபர் ஒபாமா கருதினார்.

எனினும், ஒரு சர்வதேச ஒப்பந்தம் அமெரிக்காமீது நிபந்தனைகளை விதிக்காத வகையில் இருந்தால் அமெரிக்க அதிபர் அவ்வித உடன்பாட்டுக்கு செனட் சபையின் ஒப்புதலைப் பெற வேண்டிய அவசியம் கிடையாது. எனவேதான் அமெரிக்க செனட் சபையின் ஒப்புதல் தேவைப்படாத வகையில் பாரிஸ் உடன்பாடு இரண்டு பகுதிகளைக் கொண்டதாகத் தயாரிக்கப்பட்டது.

கரியமிலவாயு வெளிப்பாட்டைக் குறைப்பது குறித்து பாரிஸ் மாநாட்டில் அமெரிக்கா தாக்கல் செய்த திட்டம் அமெரிக்கா தெரிவித்த விருப்பமே தவிர,

அமெரிக்காமீது பாரிஸ் மாநாடு விதித்த ஒன்று அல்ல. ஆகவேதான் அதிபர் ஒபாமா அந்த உடன்பாட்டை ஏற்பதற்கு செனட் சபையின் ஒப்புதலைக் கோரவில்லை.

தவிர, அமெரிக்க அதிபர் சில வகை சர்வதேச உடன்பாடுகளுக்குத் தாமே ஒப்புதலை அளிக்கலாம். பாரிஸ் உடன்பாட்டை அதிபர் ஒபாமா அவ்விதமாகக் கருதி அவரே ஒப்புதலை அளித்தார்.

தவிர, அதிபர் ஒபாமா பாரிஸ் உடன்பாடு 2016 நவம்பர் முதல் வாரத்துக் குள்ளாக அமலுக்கு வந்துவிட வேண்டும் என்று விரும்பினார். அதற்கான வகையில் அவர் காயை நகர்த்தினார்.

பாரிஸ் உடன்பாடு சர்வதேச அளவில் எப்போது அமலுக்கு வரும் என்பது குறித்து உடன்பாடு கையெழுத்தானபோதே அந்த மாநாடு அந்த உடன்பாட்டின் ஒரு பகுதியாக சில நிபந்தனைகளை விதித்தது. முதலாவதாக, குறைந்தது 55 நாடுகள் அந்த உடன்பாட்டை அங்கீகரித்திருக்க வேண்டும். இரண்டாவதாக இவ்விதம் அங்கீகாரம் அளிக்கும் 55 நாடுகளின் மொத்தக் கரியமிலவாயு வெளிப் பாடு உலகின் ஒட்டுமொத்த வெளிப்பாட்டில் 55 சதவீதத்துக்குக் குறையாமல் இருக்க வேண்டும். இந்த நிபந்தனைகள் பூர்த்தி செய்யப்பட்ட தேதியிலிருந்து சரியாக 30 நாட்களுக்குப் பிறகு உடன்பாடு அமலுக்கு வரும்.

இந்த நிபந்தனைகள் விரைவில் எட்டப்பட வேண்டும், அதுவும் நவம்பர் முதல் வாரத்துக்குள் எட்டப்பட வேண்டும் என்பதில் ஒபாமா குறியாக இருந்தார். அந்த நோக்கில்தான் உலகில் கரியமிலவாயு வெளிப்பாட்டில் முதல் இரண்டு இடங்களை வகிக்கும் சீனா, அமெரிக்கா ஆகிய நாடுகளின் இரு அதிபர்களும் 2016 செப்டம்பரில் பாரிஸ் உடன்பாட்டுக்கு அங்கீகாரத்தை அறிவித்தனர். அப்படியும் அந்த நிலை எட்டப்படவில்லை. இந்தியாவும் ஐரோப்பிய நாடுகளும் தங்களது அங்கீகாரத்தை அளித்தால் பாரிஸ் உடன்பாடு அமலுக்கு வந்துவிடும் என்ற நிலை இருந்தது. இந்தியா 2016 ஆண்டு கடைசி வாக்கில்தான் அங்கீகாரத்தை அளிக்கும் என்பதாக முதலில் பேச்சு நிலவி வந்தது. ஆனால் பின்னர் இந்தியா தனது நிலையை மாற்றிக் கொண்டு அந்த ஆண்டு அக்டோபர் இரண்டாம் தேதி—மகாத்மா காந்தி பிறந்த நாளன்று—தனது அங்கீகாரத்தை அறிவித்தது. அமெரிக்காவின் வேண்டுகோளின் பேரில் இந்தியா இவ்வாறு செய்திருக்கலாம் என்று கருத இடம் உண்டு. இதைத் தொடர்ந்து பல ஐரோப்பிய நாடுகள் அவசரஅவசரமாக 2016 அக்டோபர் நான்காம் தேதி தங்களது அங்கீகாரத்தை அளித்தன. நிபந்தனைகள் இவ்விதம் பூர்த்தி ஆனதால் மேற்படி தேதியிலிருந்து 30 நாட்கள் கழித்து 2016 நவம்பர் 3ஆம் தேதி அதாவது, அமெரிக்க அதிபர் தேர்தலுக்கு ஐந்து நாட்கள் முன்னதாக பாரிஸ் உடன்பாடு அமலுக்கு வந்தது.

அதிபர் ஒபாமாவுக்கும் அவரது ஜனநாயக கட்சிக்கும் புவி வெப்பமாதலைத் தடுக்க வேண்டும் என்பதில் தீவிர அக்கறை இருந்தது. எனினும் பாரிஸ் உடன்பாடு அமலாவதில் அதிபர் ஒபாமா அவசரம் காட்டியது ஏன்? அதற்கு அமெரிக்க அதிபர் தேர்தல் காரணம். அத்தேர்தலில் ஜனநாயகக் கட்சி சார்பில் ஹிலாரி

கிளிண்டனும், குடியரசுக் கட்சி சார்பில் டொனால்ட் டிரம்பும் போட்டியிட்டனர். புவி வெப்பமாதலுக்கும் கரியமிலவாயுக்கும் எந்தச் சம்பந்தமும் இல்லை என்பது குடியரசுக் கட்சியினரின் வாதம் என்பதை முந்தைய அத்தியாயம் ஒன்றில் பாரத்தோம்.

அந்த அளவில் டொனால்ட் டிரம்ப் தமது தேர்தல் பிரசாரத்தின்போது ‘‘நான் ஜெயித்து அதிபரானால் முதல் காரியமாக பாரிஸ் உடன்பாட்டிலிருந்து அமெரிக்கா வெளியேறும்படி செய்வேன்’’ என்று கூறினார். ஒருவேளை டிரம்ப் ஜெயித்தாலும் அவரால் எதுவும் செய்ய முடியாத நிலையை உண்டாக்கிவிட அதிபர் ஒபாமா விரும்பினார். எனவேதான் அமெரிக்க அதிபர் தேர்தல் நாளான நவம்பர் எட்டாம் தேதிக்குள் பாரிஸ் உடன்பாடு சர்வதேச அளவில் அமலுக்கு வந்துவிட வேண்டும் என்பதில் ஒபாமா வேகம் காட்டினார். அந்த விஷயத்தில் இந்தியாவும் ஐரோப்பிய நாடுகளும் ஒபாமாவுக்கு ஒத்தாசையாக இருந்தன.

பிற நாடுகளின் உள்விவகாரங்களில் அமெரிக்க அரசு தலையிடுவதாக அவ்வப்போது அமெரிக்காமீது புகார் எழுவதுண்டு. ஆனால் பாரிஸ் உடன்பாடு விஷயத்தில் இந்தியாவும் ஐரோப்பிய நாடுகளும் (அமெரிக்க அதிபரின் சம்மதத்துடன்) அமெரிக்காவின் உள் விவகாரத்தில் தலையிட்டன என்று சொன்னால் அது தவறாகாது. அமெரிக்கா இல்லாத பாரிஸ் உடன்பாடு பயனற்ற ஒன்றாகவே இருக்கும். ஆகவே, உலக நன்மை கருதி இந்தியாவும் ஐரோப்பிய நாடுகளும் ஒபாமாவின் ராஜதந்திரத்துக்கு உதவியாக இருந்தன எனலாம்.

அமெரிக்காவில் நவம்பர் எட்டாம் தேதி அதிபர் தேர்தல் நடந்து அதில் குடியரசு கட்சி வேட்பாளரான டிரம்ப் வெற்றி பெற்றார். பாரிஸ் உடன்பாட்டிலிருந்து டிரம்ப் அதாவது அமெரிக்கா வெளியேற முடியுமா? பாரிஸ் உடன்பாட்டை ஏற்று அதை அங்கீகரித்த நாடு ஒன்று, மூன்று ஆண்டுகளுக்குப் பிறகுதான் அதிலிருந்து விலகுவதற்கு விண்ணப்பிக்க முடியும். அப்படி விண்ணப்பித்தாலும் அந்த விலகல் அமலுக்கு வருவதற்கு மேற்கொண்டு ஒரு வருடம் ஆகும். ஆகவே அதிபர் டிரம்ப் பாரிஸ் உடன்பாட்டிலிருந்து விலக நான்கு ஆண்டுகள் காத்திருக்க வேண்டும். அதற்குள்ளாக அமெரிக்காவில் அடுத்த அதிபர் தேர்தல் வந்துவிடும். ஒபாமா பின்பற்றிய தந்திரம் அதிபர் டிரம்பின் கையைக் கட்டிப் போட்டது எனலாம். எனினும் இந்த நிலையை அதிபர் டிரம்ப் ஒப்புக்கொண்டு வாளாவிருப்பார் என்று சொல்ல முடியாது. அமெரிக்காவின் இரு சபைகளிலும் பெரும்பான்மை பெற்றுள்ள டிரம்ப் ஏதாவது நடவடிக்கையை மேற்கொள்வாரா என்பதைப் பொறுத்திருந்துதான் பார்க்க வேண்டும்.

டிரம்ப் ஒருவேளை பாரிஸ் உடன்பாட்டு அமலில் அக்கறை காட்டாமல் இருந்தாலும் பெரிதாக பாதிப்பு இராது. அமெரிக்க அரசின் போக்கு மற்ற நாடுகளைப் பாதிக்கும் என்று தோன்றவில்லை.

நாம் இதுவரை கரியமிலவாயு வெளிப்பாடு என்று பொதுவாகக் கூறிவந்தோம். உண்மையில் இதில் வேறு பல பசுமைக் குடில் வாயுக்களும் அடங்கும். இதுபற்றி ஏற்கனவே குறிப்பிட்டுள்ளோம். இந்த பசுமைக் குடில் வாயுக்கள் பட்டியலில்

இப்போது புதிதாக ஒரு வாயுவும் சேர்ந்துள்ளது. அதன் பெயர் ஹைட்ரோ புளோரோ கார்பன் என்பதாகும். இந்த வாயு குளிர்சாதனப் பெட்டி ஏ.சி. யூனிட்டுகள், கார் ஏ.சி. போன்றவற்றில் குளிர்விப்புக்காகப் பயன்படுத்தப்படுவது. தீயணைப்பு, நுரைப் பொருள் போன்றவற்றிலும் பயன்படுத்தப்படுவதுண்டு.

குளிர்விப்பு சாதனங்களிலிருந்து இந்த வாயு கசிந்தால் காற்று மண்டலத்தில் உயரே செல்லும். அங்கு அது புவி வெப்பமாதலைத் தீவிரப்படுத்தும். இந்த விஷயத்தில் இது கரியமிலவாயுவைவிட ஆயிரம் மடங்கு மோசமானது. ஆனால் இந்த வாயு ஓசோன் படலத்தைப் பாதிப்பதில்லை. கடும் பசுமைக் குடில் விளைவை ஏற்படுத்தும் காரணத்தால் ஹைட்ரோபுளூரோ கார்பன் வாயு உற்பத்தி மற்றும் உபயோகத்தைத் தடுத்து நிறுத்த முடிவுசெய்யப்பட்டது. இது தொடர்பான மாநாடு பாரிஸ் உடன்பாட்டைத் தொடர்ந்து ஆப்பிரிக்காவில் ருவாண்டா நாட்டின் தலைநகரான கிகாலியில் 2016 அக்டோபரில் நடந்தது.

சுமார் 170 நாடுகள் பங்குகொண்ட இந்த மாநாட்டில் இந்த வாயுக்களின் உற்பத்தி மற்றும் உபயோகத்தைப் படிப்படியாகக் கைவிட முடிவுசெய்யப்பட்டது. ஓசோன் படலத்தைப் பாதிக்கும் குளோரோபுளோரோ கார்பன் வாயுக்களின் உற்பத்தியைத் தடைசெய்து கனடாவின் மாண்ட்ரீயல் நகரில் 1987ஆம் ஆண்டில் நடந்த மாநாட்டில் முடிவு செய்யப்பட்டது பற்றி முந்தைய அத்தியாயம் ஒன்றில் கவனித்தோம். அந்த ஒப்பந்தத்தில் செய்யப்பட்ட திருத்தம் மூலம் இப்போது ஹைட்ரோபுளோரோ கார்பன் வாயுக்கள் தடை செய்யப்பட்டுள்ளன. இதில் வேடிக்கை என்னவென்றால் 1987இல் தடை செய்யப்பட்ட வாயுக்களுக்குப் பதிலாகத்தான் ஹைட்ரோபுளோரோ கார்பன் வாயுக்கள் அப்போது பயனுக்கு வந்தன. இப்போது அவையும் தடைசெய்யப்படுகின்றன.

உள்ளபடி பாரிஸ் உடன்பாடு, எதிர்பார்த்ததைவிட விரைவாகவே அமலுக்கு வந்துவிட்டதாகக் கூறலாம். பாரிஸ் உடன்பாட்டுடன் ஒப்பிட்டால் உலகில் ஏற்கனவே கையெழுத்தாகி இன்னமும் அமலுக்கு வராத சர்வதேச ஒப்பந்தங்கள் உண்டு.

பாரிஸ் உடன்பாடு அமலுக்கு வந்துவிட்ட நிலையில் இந்த உடன்பாடு தொடர்பான விதிமுறைகளை வகுக்கும் வேலைகள் தொடங்கின. வருகிற ஆண்டுகளில் பல்வேறு நாடுகளிலும் சூரிய மின்சாரத்துக்கும் காற்று மின்சாரத்துக்கும் மாறுவதற்கான நடவடிக்கைகள் முடுக்கிவிடப்படலாம். தவிர, அடுத்து நடக்கவிருக்கும் சர்வதேச மாநாடுகளில் 1.5 சதவீத அதிகரிப்பை இலக்காகக் கொள்வதில் வேகம் காட்டப்படலாம். அதாவது, 1880ஆம் ஆண்டு நிலவரத்துடன் ஒப்பிடுகையில் பூமியின் சராசரி வெப்ப உயர்வு இந்த நூற்றாண்டுக் கடைசியில் 1.5 சதவீதத்துக்கு மேல் இருக்கக் கூடாது என்பதைப் புதிய இலக்காகக் கொள்ள நாடுகள் ஆர்வம் காட்டலாம்

ஆனால், இதற்கு ஏற்கனவே எதிர்ப்பு உள்ளது. 1.5 சதவீத உயர்வை இலக்காகக் கொள்வதானால் பெட்ரோல், டீசல் போன்றவற்றின் உபயோகத்தை மிக விரைவில் கைவிட வேண்டியிருக்கும். பெட்ரோலிய எண்ணெய் வளம் கொண்ட

மேற்காசிய நாடுகள், ரஷியா ஆகியவை இதை விரும்பவில்லை. மேற்காசிய நாடுகள் பெட்ரோலிய கச்சா எண்ணெய் ஏற்றுமதி மூலம் கிடைக்கும் வருமானத்தைப் பிரதானமாக நம்பி நிற்பவை. ரஷியாவும் பெட்ரோலிய கச்சா எண்ணெய் மற்றும் எரிவாயு ஏற்றுமதி மூலம் கணிசமான வருமானம் பெற்று வரும் நாடாகும். 1.5 சதவீத இலக்கு இந்த நாடுகளின் வருமானத்தைக் கடுமையாகப் பாதிக்கும்.

இது ஒரு புறம் இருக்க, பாரிஸ் உடன்பாடு அமலுக்கு வந்துவிட்டதால் கரியமிலவாயு சேர்மானம் உடனடியாக நின்றுவிடப்போவதில்லை அல்லது திடீரெனக் குறைந்துவிடப்போவதில்லை. உலக நாடுகள் அதற்கான வகையில் நடவடிக்கைகளை மேற்கொள்வதற்கு இந்த உடன்பாடு இது நாள் இல்லாத வகையில் சர்வதேச அளவில் ஒரு செயல் தளத்தை ஏற்படுத்திக் கொடுத்துள்ளது. அந்த வகையில் பிரெஞ்சு அதிபர் ஹொலாந்த் கூறியதுபோல பாரிஸ் மாநாடு உண்மையில் ஒரு புரட்சியே.

\* \* \* \* \*

## 20 நாம் என்ன செய்ய முடியும்?

**க**ரியமிலவாயு வெளிப்பாட்டைக் குறைப்போம் என்று வாக்குறுதி அளித்துள்ள உலக நாடுகள் அனைத்தும் அவ்விதமே செய்வதாக வைத்துக்கொண்டால் பூமியை எதிர்ப்பட்டுள்ள ஆபத்து படிப்படியாகக் குறைய ஆரம்பிக்கும். அநேகமாக இந்த நூற்றாண்டுக் கடைசியில் நிம்மதிப் பெருமூச்சு விடலாம். ஆனால் நாடுகளைத் தொடர்ந்து நம்பலாமா? நாடுகள் என்று கூறும்போது அது அந்தந்த நாடுகளில் ஆட்சிப் பதவிகளில் உள்ளவர்களைக் குறிக்கும்.

ஆட்சியில் இருப்பவர்கள் அரசியல்வாதிகள். அவர்கள் எல்லாக் காலத்திலும் எல்லாத் தரப்பினரின் நலன்களையும் கருத்தில் கொண்டவர்களாகவே இருப்பார்கள் என்று கூற முடியாது. தேர்தல் என்று வந்தால் பல தரப்புகளையும் திருப்திசெய்தாக வேண்டும். பல தரப்புகள் என்பதில் நிலக்கரி, பெட்ரோலிய எண்ணெய் ஆகியவற்றில் ஆதிக்கம் செலுத்தும் பெரிய நிறுவனங்களும் அதில் அடங்கும். பல நாடுகளில் இவை தனியார் துறையில் இருப்பவை. அரசுகளின் மீது இத்தொழில்களை நடத்தும் பெரு முதலாளிகளின் நிர்ப்பந்தம் எப்போதும் இருந்துவரும்.

இதல்லாமல் நீண்டகால அளவில் ஆட்சியாளர்கள் மாறிக்கொண்டிருப்பார்கள். அவர்களுடைய கொள்கைத் திட்டங்களும் மாறலாம். அந்த அளவில் கரியமில வாயு வெளிப்பாட்டைக் குறைத்தாக வேண்டும் என்ற லட்சியம் தொடர்ந்து அதே அளவுக்கு முக்கியத்துவத்தைப் பெற்றுவரும் என்று சொல்ல முடியாது. இங்குதான் பொதுமக்களின் பங்கு முக்கியத்துவம் பெறுகிறது.

பருவநிலையின் மாறுபாடுகளால் ஏற்படும் விளைவுகள் பொதுமக்களை, குறிப்பாக வசதியற்ற மக்களைத்தான் அதிகம் பாதிக்கும். ஆகவே, தனிப் பட்டவர்கள் அங்கம் வகிக்கும் தன்னார்வ அமைப்புகள், பொதுச் சேவை அமைப்புகள் ஆகியவை பருவநிலை மாறுபாட்டைத் தடுப்பதில், அதாவது கரியமில வாயு வெளிப்பாட்டைக் குறைப்பதில், அரசின் முனைப்பு குறைந்துவிடாதபடி தொடர்ந்து கண்காணித்துவர வேண்டும். இப்படியான பல அமைப்புகள் ஏற்கனவே செயல்பட்டுவருகின்றன. சமூக வலைத்தளங்களும் இதில் முக்கியப் பங்காற்ற முடியும். இவை உலக அளவிலும் செயல்பட முடியும்.

இவை ஒரு புறம் இருக்க, தனிப்பட்ட நபர் என்ற அளவிலும் மக்கள் பங்களிக்க முடியும். நீங்கள் நினைத்தால் நாட்டில் நிலக்கரி உபயோகத்தைக் குறைக்க முடியும்.

இவ்விதம் செய்வதன் மூலம் நீங்கள் பூமி மேலும்மேலும் வெப்பமடைவதைத் தடுப்பதற்குப் பங்களித்தவர்கள் ஆவீர்கள். வீட்டில் நாங்கள் என்ன நிலக்கரியா பயன்படுத்துகிறோம்? நிலக்கரியை ஒரு தடவைகூடக் கண்ணால் பார்க்காத எங்களால் எப்படி நிலக்கரி உபயோகத்தைக் குறைக்க இயலும் என்று நீங்கள் கேட்கலாம். நியாயமான கேள்விதான்.

உங்கள் வீட்டில் மின்சார விளக்குகள் இருக்கலாம். கிரைண்டர் இருக்கலாம். மிக்சி இருக்கலாம். டி.வி. இருக்கலாம். வி.சி.டி அல்லது டி.வி.டி இருக்கலாம். பிரிட்ஜ், ஏ.சி. போன்றவையும் இருக்கலாம். இவை அனைத்தையும் பயன் படுத்துதன் மூலம் நீங்கள் மின் கட்டணம் செலுத்துகிறீர்கள்.

நீங்கள் மட்டும் மின்சாரத்தைச் சிக்கனமாகப் பயன்படுத்த முற்பட்டால் நிலக்கரி உபயோகத்தைக் குறைக்க உங்களால் முடிந்த அளவில் சிறிய பங்கை அளித்தவர் ஆவீர்கள். இது எப்படி என்று நீங்கள் கேட்கலாம். நாட்டின் மொத்த மின்சார உற்பத்தியில் பெரும் பகுதி அனல் மின்நிலையங்களில் நிலக்கரியை எரிப்பதன் மூலம் பெறப்படுகிறது.

தமிழகத்தை எடுத்துக்கொண்டால் எண்ணூர், வட சென்னை, மேட்டூர், தூத்துக்குடி எனப் பல இடங்களில் அனல் மின்நிலையங்கள் உள்ளன. இவற்றைத் தவிர, நெய்வேலியில் பழுப்பு நிலக்கரியைப் பயன்படுத்தும் நெய்வேலி அனல் மின்நிலையம் உள்ளது. தமிழகத்தில் தனியார் துறையில் நிலக்கரியைப் பயன்படுத்தும் அனல் மின்நிலையங்கள் புதிதாக அமைக்கப்பட்டுவருகின்றன.

அனல் மின்நிலையங்கள் எவ்விதம் பூமியின் வெப்பம் உயருவதற்கு வழிசெய்கின்றன என்பதை ஏற்கனவே கவனித்தோம்.

சரி, இப்போது உங்களால் நிலக்கரி உபயோகத்தை எவ்விதம் குறைக்க இயலும் என்பதை விரிவாகக் கவனிப்போம். நீங்கள் உபயோகப்படுத்தும் மின் சாரத்துக்கு நீங்கள்தான் பணம் கட்டுகிறீர்கள். நீங்கள் இவ்வளவு மின்சாரம்தான் பயன்படுத்தலாம் என மின்சார வாரியம் கட்டுப்பாடு எதுவும் விதிப்பதில்லை. எனினும், நாம்தானே பணம் கட்டுகிறோம் என்ற நினைப்பில் ஒருவர் இஷ்டத் துக்கு மின்சாரத்தை வீணடிப்பது என்பது ஒரு வகையில் சமூக விரோதச் செயல் ஆகும்.

சில வீடுகளில் அறையில் யாருமே இல்லாவிட்டாலும் மின்விசிறிகள் ஓடிக் கொண்டிருக்கும். இதேபோல மின்விளக்குகளும் எரிந்துகொண்டிருக்கும். டி.வி.யைப் பொருத்தவரையில் யாரும் உட்கார்ந்து சுவாரசியமாகப் பார்த்துக்கொண்டிராவிட்டாலும் டி.வி. ஓடிக்கொண்டிருக்கும்.

இவையெல்லாம் மின்சாரத்தை வீணடிக்கும் செயலாகும். மின்சாரம் வீணாவதைப் பல லட்சம் பேர் தவிர்க்க முற்பட்டால் அதன் மூலம் ஏராளமான மின்சாரம் மிச்சப்படும். அந்த அளவில் நிலக்கரி உபயோகமும் குறையும். காற்று மண்டலத்தில் கரியமிலவாயு சேரும் அளவும் குறையும்.

இப்போதெல்லாம் CFL எனப்படும் மின்சார பல்புகள் விற்பனைக்கு வந்துள்ளன. இவை குறைவான மின்சாரத்தைப் பயன்படுத்துபவை. அதே

நேரத்தில் இந்த பல்புகள் டியூப் லைட் எனப்படும் குழல் விளக்குகள், மஞ்சள் ஒளியை அளிக்கும் குமிழ் பல்புகள் ஆகியவை அளிக்கும் வெளிச்சத்தைவிட அதிக வெளிச்சத்தை அளிப்பவை.

CFL பல்புகளின் விலை அதிகம் என்றாலும் அவை நீண்ட காலம் உழைப்பவை. வீடுகளிலும் கடைகளிலும், நிறுவனங்களிலும் இவற்றைப் பயன் படுத்தினால் மின்கட்டணம் குறையும். எல்.இ.டி எனப்படும் பல்புகளும் குறைந்த மின்சாரத்தில் அதிக வெளிச்சத்தை அளிப்பவை. இந்த வகை பல்புகள் நிலக்கரிப் பயன்பாட்டைக் குறைக்க மறைமுகமாக உதவும். அந்த வகையில் புவி வெப்பமடைவதை நம்மால் தடுக்க முடியும்.

CFL அல்லது LED பல்புகளைப் பயன்படுத்த வேண்டும் என்றும், இதனால் ஆதாயமே என்றும் நாட்டில் பிரச்சாரம் செய்யப்பட்டாலும் இப்பிரச்சாரம் போதுமான அளவில் இல்லை என்றே சொல்ல வேண்டும். இவ்வகை பல்புகளைப் பயன்படுத்தும்படி செய்ய ஊக்கத் தூண்டுதல் இருந்தால் நல்லது.

சுமார் 25 ஆண்டுகளுக்கு முன்னர் அமெரிக்காவில், குறிப்பாக கலிபோர்னியோ மாகாணத்தில், CFL வகை பல்புகள் அறிமுகப்படுத்தப்பட்டபோது மின்கட்டணம் செலுத்துவோருக்குத் தக்க ஊக்கத் தூண்டுதல் அளிக்கப்பட்டது. அமெரிக்காவில் மின்சாரத்தை உற்பத்திசெய்து வினியோகிப்பது தனியார் நிறுவனங்களே. அந்த வகையில் கலிபோர்னியாவில் ஒரு நிறுவனம் ஒரு திட்டத்தை அமல்படுத்தியது. இந்த நூலாசிரியர் 1989இல் அமெரிக்க அரசின் அழைப்பின் பேரில் அமெரிக்கா சென்றிருந்தபோது சான் பிரான்சிஸ்கோவில் பெர்க்லி பல்கலைக்கழகத்தில் நிபுணர் ஒருவர் CFL வகை பல்புகளுக்கு மாறுவதால் எவ்விதச் சாதகம் ஏற்படும் என்பதைப் பற்றி விரிவாக எடுத்துக் கூறினார். குறிப்பாக, இந்தியா போன்ற நாடுகளுக்கு இத் திட்டம் மிகவும் உதவும் என்று அவர் கூறினார்.

சான் பிரான்சிஸ்கோ வட்டாரத்தில் என்ன செய்யப்படுகிறது என்பதை அவர் விளக்கினார். அத்திட்டம் இதுதான். மக்கள் மின்கட்டணம் செலுத்தும்போது அவர்கள் செலுத்தும் கட்டணத்துக்கு ஏற்ப மின் உற்பத்தி நிறுவனம் அவர்களுக்கு இரண்டு டாலர், மூன்று டாலர் மதிப்புக்கான சலுகைக் கூப்பன்களை அளித்தது. மாதா மாதம் இவ்விதம் கூப்பன்களைப் பெறுகிறவர்கள் இவற்றைச் சேர்த்து வைத்துப் பின்னர் 16 டாலர் மதிப்புள்ள கூப்பன்களைக் கடைக்காரர்களிடம் அளித்து ரொக்கமாக வெறும் 4 டாலர் அளித்தால் போதும். அவர்களுக்கு 20 டாலர் மதிப்புள்ள CFL பல்பு கிடைத்தது. கடைகளில் ஒரு டாலர், இரண்டு டாலர்களுக்குச் சாதாரண மஞ்சள் ஒளியை அளிக்கும் பல்புகள் கிடைத்து வந்த வேளையில் 20 டாலர் கொடுத்து பல்பு வாங்க முன்வராதவர்களைக் கவர இந்தக் கூப்பன் முறை நன்கு உதவியது.

தனியார் மின்சார நிறுவனம் ஏன் இப்படி ஊக்கச் சலுகை அளிக்க வேண்டும்? பெருகி வரும் மின்சாரத் தேவையை சமாளிக்க வேண்டுமானால் அந்த நிறுவனம் சில நூறு கோடி டாலர் செலவில் புதிதாக ஒரு அனல் மின்நிலையத்தை அமைத்தாக வேண்டும். இந்த நிலையில் எல்லோரும் புதிய மின்சார பல்புகளுக்கு மாறினால் புதிய மின்நிலையம் அமைப்பதை சில ஆண்டுகளுக்குத் தள்ளிப்

போடலாம். இதில் அந்த நிறுவனத்துக்கு ஆதாயம் இருந்தது என்பதாலேயே அது சலுகைக் கூப்பன் முறையைக் கைக்கொண்டது.

மின்சார உபயோகச் சிக்கனம் நிலக்கரியுடன் தொடர்புடையது என்பதைக் கவனித்தோம். புவி வெப்பமடைவதைத் தடுப்பதற்கு மக்கள் வேறு வகையிலும் உதவ முடியும்.

இந்தியாவில் வீடுகள், அலுவலகங்கள், ஆலைகள் ஆகியவற்றின் கூரைகளில் சூரிய ஒளியை மின்சாரமாக மாற்றும் சோலார் பலகைகளைப் பொருத்திச் சொந்தமாக ஓரளவுக்கு மின்சாரத்தை உற்பத்திசெய்துகொள்ள முடியும். மேலை நாடுகளில் இது வேகமாகப் பரவிவருகிறது.

கூரைகளில் சோலார் பலகைகளைப் பொருத்திக்கொள்ள இந்தியாவில் மத்திய, மாநில அரசுகள் மானியம் வழங்குகின்றன. பரவலாக ஏராளமான பேர் இதைப் பயன்படுத்திக்கொண்டால் அந்த அளவுக்கு நிலக்கரி உபயோகத்தைக் குறைக்க முடியும். மின்சாரப் பஞ்சத்தைப் போக்குவதற்கும் பங்களிக்க முடியும். நகர்ப்புறங்களில் உள்ளவர்கள் மட்டுமின்றி கிராமப்புறங்களில் உள்ளவர்களும் தங்கள் வீட்டுக் கூரைகளில் சோலார் பலகைகளைப் பொருத்திக்கொள்ள முடியும். கூரைகளில் பொருத்த முடியாவிட்டால் திறந்த வெளியில் சோலார் பலகைகளை நிறுவலாம்.

காற்று மண்டலத்தில் கரியமிலவாயு சேர்மானத்தைக் குறைக்க வேறு வகை யிலும் பங்களிக்க இயலும். வீடுகளைச் சுற்றிக் காலி இடம் இருந்தால் அதில் செடிகொடிகளை வளர்க்கலாம். இது காற்று மண்டலத்தில் உள்ள கரியமிலவாயு அளவைக் குறைக்க உதவும். அதே நேரத்தில் கரியமிலவாயு மேற்கொண்டு சேராமல் குறைக்கவும் பங்களிக்க இயலும். மரங்களை வளர்க்க முடியவில்லையா? குறைந்தபட்சம் வீட்டுத் தோட்டத்தில் உள்ள மரங்களை வெட்டாமல் இருக்கலாம்.

பெட்ரோல், டீசல், மண்ணெண்ணெய், எரிவாயு, விறகு, சுள்ளி போன்ற வற்றை எரிக்கும்போது கரியமிலவாயு வெளிப்படுகிறது என்று பார்த்தோம். இவற்றில் உலகெங்கிலும் பெட்ரோல், டீசல் ஆகியவை வாகனப் போக்குவரத்துக் குப் பயன்படுத்தப்படும் எரிபொருட்களாகும். சிறிய இரு சக்கர வாகனங்கள் முதல் ராட்சத லாரிகள்வரை உலகில் கோடானுகோடி வாகனங்கள் உள்ளன. இவற்றிலிருந்து வெளிப்படும் புகையில் கரியமிலவாயு அடங்கியுள்ளது.

குறிப்பாக கார் மற்றும் இரு சக்கர வாகனங்களைப் பயன்படுத்துவோர் வாகன உபயோகத்தை முடிந்தவரை குறைத்துக்கொண்டால் கரியமிலவாயு சேர்மானத் தைக் குறைக்க முடியும். தெருக் கோடியில் உள்ள கடைக்குச் செல்வதானாலும் உடனே ஸ்கூட்டரை எடுப்பது இயல்பாக உள்ளது. நடந்து செல்லக்கூடிய இடத்துக்கு நடந்தே செல்லலாம். அல்லது சைக்கிளில் செல்லலாம். தவிர, கார் வைத்திருப்போர் அவ்வப்போது பஸ் அல்லது உள்ளூர் ரயில் வண்டியைப் பயன் படுத்தலாம்.

இந்தியாவைப் பொறுத்தவரையில் பேருந்து அல்லது உள்ளூர் ரயில்களில் போய்க்கொண்டிருந்தவர்கள் ஸ்கூட்டர், மோட்டார் பைக், கார் போன்று

சொந்தமாக வாகனங்களை வாங்கும் போக்கு அதிகரித்துவருகிறது. சொல்லப் போனால் இந்தியாவில் 2009ஆம் ஆண்டில் ஒரு லட்சம் ரூபாய் விலை கொண்ட கார் அறிமுகப்படுத்தப்பட்டபோது மேலை நாடுகளில் பெரும் கூப்பாடு கிளம்பியது.

இந்தியாவில் பல லட்சம் பேர் இந்த காரை வாங்கிப் பயன்படுத்த முற்பட்டால் உலகில் புவி வெப்பம் அதிகரிக்கும் பிரச்சினை மேலும் கடுமையாகும் என்று மேலை நாட்டுப் பத்திரிகைகளும் தொலைக்காட்சி அலைவரிசைகளும் அலறின. இந்தியாவில் கார் உபயோகம் அதிகரித்தால் காற்று மண்டலத்தில் கரியமிலவாயு சேர்மானம் அதிகரிக்கும் என்பது உண்மையே. ஆனால் அமெரிக்காவில் 1000 பேருக்கு 809 கார் வீதம் இருக்கும். அதே வேளையில் இந்தியாவில் 1000 பேருக்கு 18 கார் வீதம்தான் உள்ளது என்பது மறக்கப்பட்டுவிட்டது. சீனாவில் கார்கள் 1000 பேருக்கு 113 ஆக உள்ளது.

இந்தியாவில் உள்ளதைப் போலவே அமெரிக்காவில் குறுக்கும்நெடுக்குமாக மிக நீண்ட தூரத்துக்கு ரயில் பாதைகள் உள்ளன. ஆனால் "என் வாழ்நாளில் இதுவரை ஒரு தடவைகூட ரயில் வண்டியில் ஏறியதில்லை" என்று பெருமை யாகக் கூறுபவர்கள் அமெரிக்காவில் நிறைய பேர் உள்ளனர். அப்படிப்பட்ட வர்கள் பல நூறு கிலோமீட்டர் தொலைவில் உள்ள இடமானாலும் காரில் செல்கின்றனர். அல்லது விமானத்தில் செல்கின்றனர். காற்றில் கரியமிலவாயுவை சேர்ப்பதில் அமெரிக்கா முதலிடம் வகிப்பதில் வியப்பில்லை.

நீங்கள் பெரிய நகரத்தில் இருந்தாலும் சரி, சிறிய கிராமத்தில் இருந்தாலும் சரி உங்களால் பங்களிக்க முடியும்.

சில நாடுகளில் கார் பகிர்வு என்ற முறை பின்பற்றப்படுகிறது. அதாவது குறிப் பிட்ட தெருவிலிருந்து அல்லது வட்டாரத்திலிருந்து குறிப்பிட்ட இடத்துக்குப் பணி நிமித்தமாகத் தினமும் காரில் செல்பவர்கள் கூட்டு ஏற்பாடு ஒன்றைச் செய்துகொள்கின்றனர். அதாவது, கார் வைத்திருக்கும் நான்கு அல்லது ஐந்து பேரில் ஒருவர் மட்டும் அன்று காரை எடுப்பார். மற்றவர்கள் அவரது காரில் செல்வார்கள். மறுநாள் வேறு ஒருவர் காரை எடுக்க, அதில் மற்றவர்கள் செல் வார்கள். மறுநாள் வேறு ஒருவர் காரை எடுப்பார். இவ்வித ஏற்பாடு கரியமில வாயு சேர்மானத்தைக் குறைப்பதுடன் சாலைகளில் போக்குவரத்து நெரிசல் ஏற்படுவதையும் குறைக்க உதவுகிறது. மேலை நாடுகளில் மட்டுமின்றி இந்தியாவிலும் சில நகரங்களில் இந்த முறை பின்பற்றப்படுகிறது.

இப்படிச் செய்யும்போது சிறு துளி பெரு வெள்ளம் என்ற அளவில் உலகில் ஒவ்வொருவரும் சிறு அளவில் பங்களித்தால் அதன் பலனாக நல்ல விளைவு ஏற் படும், இப்படிச் செய்யும்போது பெரிய அளவில் தியாகம் செய்ய வேண்டியிருக்காது.

கரியமிலவாயு சேர்மானத்தைக் குறைக்கத் தனிநபர்கள் எந்தெந்த வழிகளில் பங்களிக்கலாம் என்பது குறித்து அநேகமாக எல்லா நாடுகளிலுமே இயக்கங்கள் நடந்துவருகின்றன. அரசுகள் மட்டுமின்றி தனியார் அமைப்புகளும் இதில் பங்களித்துவருகின்றன. இணையதளங்களிலும் இதுபற்றிப் பிரசாரம் நடந்துவருகிறது.

வேடிக்கையான வகையில் இணையதளம் ஒன்றில் சீனாவில் தயாரிக்கப் பட்ட பொருட்களை வாங்காதீர்கள், அதன் மூலம் உங்களால் கரியமிலவாயு சேர்மானத்தைக் குறைப்பதற்குப் பங்களிக்க இயலும் என்று கூறப்பட்டிருந்தது. சீனா குறைந்த விலையிலான எண்ணற்ற பொருட்கள் உற்பத்திசெய்து வெளிநாடுகளின் தலையில் கட்டுகிறது என்றும், அவ்விதப் பொருட்களை வாங்காமல் நிறுத்தினால் சீனாவில் அவற்றின் உற்பத்தி குறைய, அந்த அளவுக்கு காற்று மண்டலத்தில் கரிய மிலவாயு சேர்மானம் குறையும் என்றும் அந்த இணையதளத்தில் விளக்கம் அளிக்கப்பட்டிருந்தது.

இவையெல்லாம் ஒரு புறம் இருக்க, கரியமிலவாயு சேர்மானத்தைக் குறைக்கப் பெரிய அளவில் பங்காற்ற வேண்டியவர்கள் அரசுகளே. ஏனெனில், அரசுகளால் தான் ஒருங்கிணைந்த முறையில் கட்டுப்பாடுகளைக் கொண்டுவர இயலும். அவ்விதக் கட்டுப்பாடுகளைக் கொண்டுவரச் செய்ய அரசுகள்மீது மக்கள் நிர்ப்பந்தம் செலுத்த முடியும். மக்கள் இயக்கங்கள் நீண்ட கால அடிப்படையில் நிச்சயம் பலனை அளிப்பவை.

இதற்கிடையே உலகில் பல்கலைக்கழகங்கள், ஆராய்ச்சிக்கூடங்கள் ஆகியவற்றில் கரியமிலவாயு சேர்மானத்தைக் குறைப்பதற்கும் மாற்று வளங்களுக்கு மாறுவது குறித்தும் பல ஆராய்ச்சிகள் நடந்துவருகின்றன. தனிப்பட்ட விஞ்ஞானிகளும், தனியார் துறை நிறுவனங்களும் இப்படியான ஆராய்ச்சியில் ஈடுபட்டுள்ளன.

இது ஒரு புறம் இருக்க, காற்று மண்டலத்தில் ஏற்கனவே சேர்ந்துள்ள கரியமிலவாயு பழைய நிலைமைக்கு வரப் பல ஆயிரம் ஆண்டுகள் ஆகலாம். இதற்கு எவ்வளவு காலம் ஆகும் என்பது குறித்து நிபுணர்கள் வெவ்வேறு கணக்குகளைக் கூறுகின்றனர். எது எப்படியோ இப்போதைய நடவடிக்கை களுக்கு நிச்சயம் பலன் இருக்கும். தவிர, வருகிற நாட்களில் புதுக் கண்டுபிடிப்புகள் மூலம் கரியமிலவாயு பிரச்சினைக்கு நாம் இதுவரை சிந்தித்திராத எளிய தீர்வுகள் உருவாகலாம்.

ஏற்கனவே அமெரிக்காவில் தனியார் நிறுவனம் கரியமிலவாயுவைக் கல்லாக மாற்றுவதற்கு வழி கண்டுபிடித்துள்ளது. இப்போது அது ஆராய்ச்சிகூட அளவில் உள்ளது. எதிர்காலத்தில் இது போன்ற பல கண்டுபிடிப்புகள் சாத்தியமாகலாம். அவ்விதம் நம்பிக்கைகொள்ள நிச்சயம் இடம் இருக்கிறது.

\* \* \* \* \*